ANG PAGGAWA NG RADIKAL NA MGA DISIPULO

Ang gabay upang mapadali ang disipulo sa paggawa sa mga maliliit na grupo, bahay na mga simbahan, at panandaliang biyaheng pang misyon, na humahantong sa pagkilos ng Iglesiang pagtanim.

Ang Paggawa ng Radikal na mga Disipulo

Ang gabay upang mapadali ang disipulo–sa paggawa sa mga maliliit na grupo, bahay na mga simbahan, at panandaliang biyaheng pang misyon, na humahantong sa pagkilos ng Iglesiang pagtanim

Sa pamamagitan ni: Daniel B. Lancaster, Ph.D.

Inilathala ng: T4T Press

Unang Pagimprinta, 2011

Nakareserba ang lahat ng karapatan. Walang bahagi ng aklat na ito ay maaaring kopyahin o ipinadala sa anumang anyo o sa pamamagitan ng anumang paraan, elektroniko o mekanikal, kasama ang pagpapakopya, pagtatala o sa pamamagitan ng anumang impormasyon imbakan at pagsasauli ng sistema, nang walang nakasulat na pahintulot mula sa may-akda, maliban para sa pagsasama ng maikling sipi sa isang pagsusuri

Karapatang magpalathala 2011 sa pamamagitan ni Daniel B. Lancaster

ISBN 978-1-938920-32-5 nakalimbag

Lahat ng mga banal na kasulatan sipi, maliban kung hindi man ay sinabi, ay kinuha mula sa BANAL NA BIBLIA, BAGONG BERSYON PANGDAIGDIG ®, NIV ® copyright © 1973, 1978, 1984 sa pamamagitan ng International Bible Society. Ginamit sa pamamagitan ng pahintulot ng Zondervan. Nakareserba ang lahat ng karapatan.

Ang mga sipi ng Banal na Kasulatan ay minarkahan (NLT) ay mula sa Banal na Biblia, New Living Translation Copyright © 1996, 2004, na ginagamit sa pamamagitan ng pahintulot ng Tyndale House Publishers, Inc., Wheaton, Illinois, 60189. Nakareserba ang lahat ng karapatan

Mga banal na kasulatan sipi na minarkahan (NASB) ay mula sa NEW AMERICAN STANDARD BIBLE ®, Copyright © 1960, 1962, 1963, 1968, 1971, 1972, 1973, 1975, 1977, 1995 sa pamamagitan ng Lockman Foundation. Nakareserba ang lahat ng karapatan.

Mga banal na kasulatan sipi na minarkahan na (HCSB) ay mula sa Holman Christian Standard Biblia ® Copyright © 2003, 2002, 2000, 1999 ng Holman Bible Publishers. Nakareserba ang lahat ng karapatan.

Mga banal na kasulatan sipi na minarkahan na (CEV) ay mula sa Contemporary English Version Copyright © 1995 sa pamamagitan ng American Bible Society. Ginamit sa pamamagitan ng pahintulot.

Silid-aklatan ng Kongreso na nagkakatalogo sa periyodikong datos

Lancaster, Daniel B.

Paggawa ng mga Radikal na Disipulo . Ang gabay upang mapadali ang disipulo- sa paggawa sa mga maliliit na grupo, bahay na mga simbahan, at panandaliang biyaheng pang misyon, na humahantong sa pagkilos ng Iglesiang pagtanim./ Daniel B. Lancaster

Kasama ang mga bibliographical na sanggunian.

ISBN 978-1-938920-32-5

Pagsunod sa Pagsasanay ni Hesus: Pangunahing Paglilingkod–Estados Unidos.

I. Pamagat.

Mga Rekumendasyon

"May palagiang isang pangangailangan para sa mga libro na makita ang pagpapalawak ng misyon at paglago ng iglesia sa pamamagitan ng mga mata ng mga karanasan at pagtatalaga. Ang Pagsunod sa Pagsasanay ni Hesus ay ganoong mga klaseng serye. Pinagagaan niyang paintindihin ang diskarte ni Hesus upang maabot ang mensahe sa mga bansa ng mundo ngayon.

Ang aklat na ito ay isinulat ng isang propesyonal, hindi lamang teoretista. Ikaw ay yayaman mula sa pagbabasa at pagaaral nitong Pagsunod sa Pagsasanay ni Hesus, isang sariwang diskarte mula sa panulat ng isang beteranong misyonero na si Dan Lancaster."

Roy J. Fish
Propesor Emeritus
Southwestern Baptist Theological Seminary

Naghahanap para sa isang bagay na praktikal na upang gumawa ng mga alagad ng mga naghahanap at bagong mga mananampalataya sa anumang grupo ng kultura? Ito yun!

Ito ay tatlong-araw na pagsasanay sa paglilingkod na gabay na napakadaling sundin upang ang mga bagong mga alagad ay maaaring gamitin ito upang magsanay ng mga iba, sa pagliko, para sa madaliang, mapagmahal na pagsunod sa utos ni Hesus. Kinuha ni Dan Lancaster ang madaming karanasan, at mga pinakamahusay na gawi at Banal na Kasulatan, at inilagay ang mga ito sa isang kasangkapan na ako mismo ang nagdadala."

Galen Currah
Paul Timothy Trainers Itinerant Consultant
www.Paul-Timothy.net

"Ang malinaw at paulit-ulit na diskarte ng mga materyales sa paglilingkod bilang disipulo ay nagbibigay ng isang mabisang banghay para sa mga pagiintindi ng bagong naniniwala at sa pagiging dalubhasa sa mga pangunahing kaalaman ng pananampalataya, at pagbabahagi sa iba na kung saan siya ay nag-aaral."

Clyde D. Meador
Ehekutibong Bise Presidente
International Mission Board, SBC

"Itinuro ko na ang materyales na ito sa isang daan ng mga lider dito sa America at palagi kong nakukuha ang parehong dalawang sagot, 'Ito ay sobrang simple' at 'Sana naitinuro na ito noon pang nakakaraan.' Ang katotohanan sa gabay na ito ay nakakahawa, praktikal, napatunayan na, at epektibo sa paggawa ng mga disipulo na gumawa ng mga disipulo. Inirerekumenda ko ito ng bukas-loob!"

Roy McClung
Misyonaryo/Kasangguni
www.MaximizeMyMinistry.com

"Ito ay isang katesismo para sa mundo ng CPM. Ito ay isang simpleng aplikasyon ng isang nasusukat na proseso upang makapagbigay ng isang pangunahing balangkas para sa isang kapaki-pakinabang na buhay ng pagiging disipulo. Ito ay napuno ng mahalaga, praktikal na mga sa pagsasanay."

Curtis Sergeant
Vice President for Global Strategies
Bise Presidente sa mga Estratehiyang Pang Global
E3 Partners Ministry
www.e3partners.org

"Sa Pagsunod sa Pagsasanay ni Hesus na Unang Libro – Ang Paggawa ng mga Radikal na Disipulo ay ang uri ng mga praktikal na paglilingkod na kasangkapan na kung saan ang mga bagong mananampalataya sa buong mundo ay maaaring gamitin upang maitaguyod ang kanilang mga pundasyon kay Jesus. Ito ay nagtuturo sa mga mananampalataya sa pagmamahal ng Diyos ng kanilang mga buong puso, kaluluwa, isip at lakas. Ito din ay nagbibigay din ng mga kagamitan na ang mga bagong mananampalataya pati na rin sa mga mas ganap ng mananampalataya ay maaaring gamitin sa pakikipag-usap sa pag-ibig ni Kristo.

Magmula sa unang araw, ang mga magaaral ay bumuo ng isang pag-aalala para sa isang nawala at namamatay na mundo. Ang mga Tagapagturo ay tinuturuan ang iba upang ibahagi kung ano ang kanilang natutunan hanggang sa pagabante nila simula sa mga lugar ng kadiliman hanggang sa liwanag ni Hesus. Ito ay praktikal, madaling gamitin, nagmula sa Bibliya, at agresibo."

Gerald W. Burch
Misyonaryong Emeritus
International Mission Board, SBC

"Ibinahagi ni Dan Lancaster ang isang simple, nagmula sa Bibliya, at maaaring kopyahin na pamamaraan para sa paggawa ng radikal na tagasunod ni Kristo. Ano pa ang hinahanap ninyo? Ginamit ni Dan ang mga walong simpleng mga larawan ni Hesus upang matulungan ang mga mananampalataya na lumago pa sa Panginoon. Ang mga prinsipyo na ito ay nasubukan na sa tunawan ng metal na isang misyon na karanasan at gagana din para sa iyo."

Ken Hemphill
Estratehistang Nasyunal para sa Pagpapalakas ng Pagunlad ng Kaharian May-akda, Tagapagsalita, Kasangguni sa Paglago, at Propesor ng magbahagi ng Ebanghelyo at Paglago ng Iglesia

"Nagamit ko itong materyales sa Pilipinas at napamahal ako dahil NAGTAGUMPAY ITO. Tinanong ko ang aking mga pinangasiwaan kung bakit nagustuhan nila ang materyal at sila ay tumugon," Dahil ang mga tinuruan namin ay kaya din magturo sa iba! "Ito ang malaking halaga sa mga ganitong simpleng mga aralin... ang mga ito ay MAAARING KOPYAHIN.

Nakita namin ang mga abogado, doktor, mga hukbong colonel, negosyante, mga walang asawa, at mga guwardya ng pasukan, ang mga edukado at ang mga walang pinag-aralan ay lahat gumagamit ng materyal na ito upang sanayin ang mga iba na nagsasanay din ng iba."

Darrel Seale
Misyonaryo sa Pilipinas

"Bilang isang magtatanim ng karera ng iglesia sa parehong bukid at mga lunsod o bayan na mga lugar ng Taylandiya na mahigit sa tatlumpong taon, madalas akong makakita "mga atropya o lumiliit na simbahan"–kung saan na nagpapatuloy na dumedepende sa labas na mga lider para sa karamihan ng kanilang mga espirituwal na pagpapakain.

Itong kondisyon na ito ay sanhi sa kalakhan dahil sa mga nakatanim na mga simbahan ay gunamit ng western-oriented na mga pamamaraan sa pagtuturo na kung saan ay hindi maaaring kopyahin ng pambansang mananampalataya. Ang mga ilang mga simbahan na kailanman kopyahin ang kanilang mga sarili–sila ay lumpo mula sa kapanganakan!

Ang pagsasanay na gabay na ito ay nagbibigay sa atin ng dalawang pangunahing aral upang tiyakin na ang Mensahe ay maipasa mula sa naniniwala sa naniniwala: ang kasimplehan ng pagpapakopya at pag-uulit."

Jack Kinnison
Misyonaryong Emeritus
International Mission Board, SBC

"Sinabi ni Hesus na kung ang sinuman ay may nais na maging kanyang disipulo, dapat niyang 'tanggihan ang kanyang sarili at kumuha ng kanyang krus at sundan siya.' Bilang isang guro, pastor, ama at misyonero, nauunawaan ni Dan Lancaster ang mga pundasyon at hindi maaaring palitan na mga pangangailangan ng pagsasanay ng mga disipulo. Itong pagsasanay na ito ay mahalaga, maparaan at angkop para sa mga liblib na baranggay pati na rin ang unibersidad na silid-aralan.

Ang pagtawag sa pagdidisipulo ay pangkalahatan at nakaikha ng isang kasangkapan si Dr. Lancaster na maaaring gamitin at maaaring kopyahin sa bawat kultura at paraan. Sa paggamit ng mga simple at matatag na mga pamamaraan ng pagtuturo, nakagawa ang FJT ng pagsasanay sa pagdidisipulo sa parehong masaya at dakila. Ang Pagsasanay sa Pagsunod kay Hesus ay ang buong pakete para sa mga disipulo: Nanggaling sa Bibliya, maaaring kopyahin, praktikal, at nagpaparami

Bob Butler
Direktor ng Bansa
Cooperative Services International
Phnom Penh, Kingdom of Cambodia

Maingat na inaral ni Dr. Lancaster hindi lamang ang mga salita ng Diyos pati na dinang kultura. Siya ang nagbigay sa atin ng isang simple at medaling gawin na proseso para sa pagtulong sa mga tao lumakas sa Panginoon na sumusunod sa mga paraan ni Hesus nang hindi nagiging "nakatuon lamang sa programa". Ang prosesong ito para sa mga Bahay ng Simbahan ni Kristo na nakasentro at nakatuon sa pagiging disipulo. Lubos kong pinagpupurihan ang proseso na ito at ipinagadadasal ko na mangibabaw ang kultura ng Kapulungan ng Iglesia at para din magamit sa tradisyunal na iglesya sa Hilagang Amerika."

Ted Elmore
Prayer Strategist and Field Ministry Strategist
Estratehista sa Pagdadasal at Estratehista sa Pagministro sa Sinasakupan
Southern Baptists of Texas Convention

Mga Nilalaman

Mga Rekumendasyon 3
Pambungad 11
Mga Pasasalamat 13
Panimula 15

Unang Bahagi: Mga Masusing Detalye

Estratehiya ni Hesus 23
Pagsasanay ng mga Tagapagturo 31
Simpleng Pagsamba 39

Ikalawang Bahagi: Pagsasanay

Unang Pagbati 47
Dumami 55
Pag-ibig 71
Pagdarasal 85
Sumunod 101
Caminar 117
Humayo 131
Ibahagi 141
Magsaka 157
Kunin 169

Ikatlong Bahagi: Sanggunian

Karagdang Pag-aaral 179
Huling Tala 181
Apendiks A 183
Apendiks B 185
Apendiks C 195

Pambungad

"... at magturo sa kanila na obserbahan ang lahat ng bagay kahit ano pa man na inutos ko sa'yo."

Ang pagsasara ng mga salita ditto para sa Pinakadakilang Komisyon ay nananatili bilang mahalaga at mahirap para sa atin ngayon gaya din nila nung unang ibinigay ni Kristo sa kanila ng dalawang daan taon na ang nakakaraan. Ano ang ibig sabihin na obserbahan ang lahat ng bagay na inutos ni Kristo? Sinasabi sa atin ni Apostol Juan na kung nais natin mailathala ang lahat ng sinabi at ginawa ni Hesus, ito ay mapupunan ng lahat ng mga libro ng mundo (Juan 21:25).

Tiyak, May nasa isip si Hesus na mas malinaw. Sa bahagi ng isa sa Pagsasanay sa Pagsunod kay Hesus, ikalawang titulo na *Paggawa ng Radikal na Disipulo,* Inilabas sa mensahe ng Diyos ni Dan Lancaster ang walong larawan ni Hesus kung saan, kapag tinularan, maaari ibahin ang anyo ng isang tagasunod ni Kristo sa isang kamukha ni Kristo na disipulo.

Sa *Paggawa ng mga Radikal na Disipulo,* mataas na nilayon ni Dan na higit lamang ng paggawa ng isa pang libro tungkol sa pagdidisipulo. Inilaan ni Dan ang kanyang tanawin sa paglikha ng isang kilusan ng pagpaparami ng pagdidisipulo. Sa pagtatapos na ito, siya ay gumugol ng apat na taong pagsasanay, pagsubok, pagsusuri, at pagbabago ng kanyang programa sa pagdidisipulo hanggang sa nakikita na niya ito hindi lamang ibahin ang anyo ng bagong mga mananampalataya sa katulad ni Kristo na mga alagad, ngunit para gawin din ng mga sinanay na disipulo sa epektibong paggawa din ng disipulo sa kanilang mga sarili.

Matapos ang pagbuo ng sistema ng pagdidisipulo na ito, natapos gawin ni Dr. Lancaster ang buong katawan ni Kristo bilang serbisyo sa pamamagitan ng pagpapaikli ng mga aralin na ito sa isang medaling gamitin, maaaring kopyahin na format na maaaring iniangkop sa anumang ayos ng kultura sa mundo. Ang paggawa ng mga radikal na alagad o disipulo ay isang malawak na kontribusyon na hindi kailanman-nagtatapos na gawain ng pagiging tulad ni Hesus at pagpaparami ng kaharian ni Kristo sa pamamagitan ng mga bagong mga disipulo niya sa buong mundo.

Ang paggawa ng mga disipulo sa isang edad na makipot sa mga paraan ng mundo na ito ay hindi madali, ngunit alinma'y hindi ito imposible, o ito ay opsyonal. Sa pagsisid mo sa Paggawa ng Radikal na mga Disipulo ni Dan Lancaster, ikaw ay matutugunan ng isang kapwa disipulo at tagagawa mismo ng disipulo na maaaring ipakita sa iyo ang isang nasubukan at napatunayan na landas na tatahakin para sa mga paraan ng maaga.

David Garrison
Chiang Mai, Thailand
May-akda – Iglesia – Kilusan ng Pagtatanim: Paano Ibinabalik ng Diyos ang Nawala ng Mundo

Mga Pasasalamat

Salamat sa mga miyembro ng tatlong simbahan sa Amerika kung saan ang Pagsasanay Sa Pagsunod kay Hesus ay nagsimula labinlimang taon na ang nakakaraan: Ang Komunidad ng mga Bibliyang Iglesia, Hamilton, Texas (isang bukid na pagawaan ng iglesya); Bagong Tipan Baptist Church, Templo, Texas (isang itinatag na pagdidisipulo na nakatuon sa simbahan); at sa Highland na Pagsasamahan, Lewisville, Texas (isang karatig lungsod na planta ng iglesia). Sa mga nakaraang taon, nakita namin ang FJT na lumaki mula apat hanggang pito, at sa wakas walo, mga larawan ni Kristo. Marami kaming ibinahagi na sama-sama, at ang iyong pag-ibig at mga panalangin ay nagresulta sa pagkamabunga sa mga bansa!

Ang mga pambansang mga kasosyo sa ilang Timog-Silangan Asya na mga bansa ay nakatulong na pinuhin at ipatupad ang Pagsasanay sa Pagsunod kay Hesus na pang internasyonal. Dahil sa mga alalahanin sa seguridad at kaligtasan sa mga bansang ito, hindi ko maaaring ibunyag ang kanilang mga pangalan. Sa partikular, ang isang pangkat ng mga tatlong nasyon ay nakatulong na suriin sa labas ang pagsasanay at mapagpatuloy na magsanay ng mga susunod na henerasyon ng pagiging disipulo sa ibang tao.

Salamat sa maraming mga kalahok sa pagsasanay na nagbigay ng paladasal na suporta, puna, at bigyan ng lakas at pag-asa sa buong apat na taon na pag-unlad ng proseso sa Timog-silangang Asya. Nakatulong tumutok at mapabuti ang pagsasanay sa mga makabuluhang paraan.

Ang bawat isa sa atin ay ang produkto ng pamumuhunan ng mga tagapagturo at mga karanasan sa buhay. Gusto ko magpasalamat kay Rev. Ronnie Capps, Dr. Roy J. Fish, Rev. Craig Garrison, Dr David Garrison, Dr. Elvin McCann, Rev. Dylan Romo, at Dr. Thom Wolf para sa malaking bahagi at epekto nila sa aking buhay bilang isang alagad o disipulo ni Hesus.

Espesyal na pasasalamat kina Drs. George Patterson at kay Galen Currah para sa ilang mga aktibong pag-aaral ng mga maikling palabas sa pagsasanay dito.

Panghuli, nagpapasalamat ako sa aking pamilya para sa kanilang suporta at pagbigyan ng lakas at pag-asa. Sa aking mga anak, Jeff, Zach, Karis, at Zane, patuloy na maging isang walang hanggang pinagmulan ng pananampalataya, pag-asa, at pag-ibig.

Holli, ang aking asawa, nakagawa ng isang kapansin-pansin na trabaho pagbabasa ng manuskrito ng maraming beses at nag-aalok ng mga mungkahi. Siya ang nagdagdag ng ilang mga magagandang ideya mula sa mga seminar ng pagsasanay na siya ang namuno at isang naging tapat na patalumpatian para sa maraming mga konsepto, pinatibay pa sa nakaraang labinlimang taon.

Nawa'y pagpalain kayo lahat ng Diyos Maykapal, habang patuloy nating ginagawa ng mga makabagbag-puso, espirituwal na mga pinuno at magdala ng panlunas sa mga bansa!

Daniel B. Lancaster, Ph.D.
Timog-Silangan Asya

Panimula

Maligayang pagdating sa Paggawa ng mga radikal na Disipulo, ang unang bahagi ng Pagsasanay sa Pagsunod kay Hesus (FJT)! Nawa ay pagpalain ka ng Diyos at palarin ka sa pagsunod mo sa kanyang Anak. Nawa ang pagkamabunga ng iyong ministeryo ay paramihin ng isang daang-tiklop habang nilalakad mo dahan-dahan kasama si Hesus sa pamamagitan ng iyong hindi maabot na grupo ng mga tao (UPG).

Ang manwal na hawak mo sa iyong mga kamay ay isang kumpletong sistema ng pagsasanay na batay sa diskarte ng Jesus 'upang maabot ang mundo. Ito ay ang resulta ng mga taon ng pananaliksik at pagsubok sa parehong Hilagang Amerika at Timog-Silangang Asya. Ang sistemang ito ay hindi teorya, ngunit pagsasanay. Gamitin ito upang makagawa ng isang tunay na pagkakaiba sa mundo na ikaw ay nasa iyong misyon sa Diyos. Kami ay meron nito at maaari ka rin magkaroon din.

Pagkatapos ng pagsimula ng isang iglesia sa bukid at ng isang karatig lungsod na iglesia sa Amerika, ang aming pamilya ay nakadama ng isang tawag sa Timog-silangang Asya na mga tagasanay at mga lider ng tagapagsanay. Ako ay naging isang tagatanim ng Iglesia sa America sa higit sa sampung taon at nagging tagasanay na din ako ng ibang mga tagatanim ng simbahan din. Napakahirap ito na ilipat sa ibang bansa at gawin ang parehong bagay doon? Ang aming pamilya na natitira para sa misyon sa labas ay may hubris at mataas na pag-asa.

Sa wika pag-aaral, ako ay nagsimulang upang masanay ang mga iba na may isang pambansang kasosyo. Nagsimula kami sa pamamagitan ng nag-aalok ng isang isang-linggo na pagsasanay kurso sa pangunahing discipleship at planting ng simbahan. Karaniwan, 30-40 mag-aaral ay dumating sa pagsasanay sa. Madalas sila nagkomento sa kung paano mabuti ang mga aralin ay at kung magkano nila appreciated ang aming pagtuturo. Gayunpaman, isang bagay na nagsimula sa abala sa akin: ito ay maliwanag na hindi sila ay pagtuturo iba kung ano sila ay natutunan.

Ngayon sa Amerika kaya mo "makalayo sa kanila na hindi nagtuturo sa iba" dahil meron (o may naging) pangunawa sa Bibliya sa gitna ng ating kultura, kahit na sa mga nawalang mga tao. Sa Timog-Silangang Asya, gayunpaman, walang pangunawa sa Bibliya na umiiral sa pagitan ng mga nawalan. Sa America, maaari mong bilangin sa katunayan na ang taong ito ay marahil ay nakatagpo ng isa pang Kristiyano na maiimpluwensyahan ang mga ito; sa sakop ng misyon, walang ganung garantiya na umiiral.

Mahusay, kaya dito kami ay nasa pag-aalinlangan. Nagtuturo kami sa mga mamamayan kung ano ang aming nadama ay "magagandang bagay-bagay," ngunit hindi sila ay nagpapakopya nito. Sa katunayan, ito tila tulad ng kami ay naghihikayat sa " mga propesyonal na pumupunta sa mga seminar." Ang katotohanan na ibinigay namin ang mga pagkain sa ang buong linggong pagsasanay sa isang bansa na mapuspos sa kahirapan lusak din sa resulta. Kung anung nangyari sa susunod ay kinagulat at pinagbabaang loob ko.

Pagkatapos ng isa sa aming mga kaganapang pagsasanay, Umupo ako sa isang bilihan ng tsaa kasama ang aking tagasalin sa ibang wika at nagtanong ako sa kanya ng isang simpleng tanong:

"John. Magkano ang ginawa naming pagsasanay ngayong linggo sa tingin mo ang mga tao ay talagang gagawin at sasanayin din ang iba na gawin ito?"

Pinagisipan ni Juan muna yun sandal at nakita ko na hindi niya nais na sagutin ako. Sa kanyang kultura, ang isang mag-aaral ay dapat hindi magbigay ng puna sa isang guro at nadama niya na tulad din yun ng hinihingi ko sa kanya na gawin. Pagkatapos ng mga karagdagang pag-uusap at mga pagtitiwala mula sa akin, nagbigay siya ng isang tugon na nagbago ng lahat:

"Dr. Dan, sa tingin ko mga sampung porsyento ang kanilang gagawin sa kung ano ang itinuro mo sa kanila ito nakaraang linggo."

Ako ay nasindak at sinubukan kong hindi ipakita ito. Sa halip, tinanong ko si Juan ng isa pang tanong na nagsimula sa isang proseso na sinusundan para sa susunod na dalawa at kalahating taon:

"Juan, maaari mong ipakita sa akin ang sampung porsyento sa tingin mo na gagawin o ginagawa na nila? Ang aking plano ay upang panatilihin na ang sampung porsyento, ibasura na ang natitira, at sulating muli ang pagsasanay hanggang sa gawin nila ang lahat na sinasanay namin sa kanila na gawin."

Pinakita ni Juan sa akin ang sampung porsyento na pinaniniwalaan niya ay na talagang gagawin nila. Tinanggal namin ang iba at isinulat muli ang pagsasanay para sa susunod na pulong. Isang buwan ng nakalipas, Nag alok muli kami ng isa pang buong linggong pagsasanay at tinanong ko si Juan sa parehong tanong pagkatapos: Ano ang porsyento nilang gagawin?

Sinabi ni Juan, "Dr. Dan, Sigurado ako na gagawin nila ang labinlimang porsyento ng kung ano ang itinuro mo sa kanila ngayon."

Hindi ako makapagsalita. Ang hindi alam ni Juan ay isinulat ko lang muli ang pagsasanay mula sa nakaraang buwan, sa pagsasama sama sa "pinakamahusay sa mga pinakamahusay " ng lahat natutunan ko bilang isang ministro sa America at habang nagtuturo sa iba pang mga tagatanim ng simbahan. Ang seminar na yun ang pinakamahusay kong binigay... at ang mga aaral ay gagawa lamang ng pang labinlimang porsyento sa mga ito!

Kaya nagsimula ang proseso na ginamit namin para sa dalawa at kalahating taon, na pinuhin at pagbuuin ang sistema ng Pagsasanay sa Pagsunod kay Hesus. Bawat buwan, tinuturuan namin ng isang-linggo na seminar at nagkaroon din ng sesyon sa pagbibigay ng opinion pagkatapos ng seminar. May isang tanong ang nagging gabay ng aming mga pagsisikap: Ano ang porsyento ng aming itinuro sa kanila na kanilang gawin (o ginagawa) dahil sa pagsasanay?

Sa ikatlong buwan, ang aming porsyento ay tumaas sa dalawampung porsiyento; sa sumunod na buwan, nagpunta ito sa dalawampu't-limang. May ilang buwan na walang pag-unlad sa lahat. Sa Iba pang mga buwan, maaga naman nakakabangon. Sa buong bahagi ng pagunlad, gayunpaman, ang isang malinaw na prinsipyo ay lumitaw. Kapag mas marami kaming sinanay na iba upang sundin ang halimbawa ni Hesus, mas malamang na sila ay masanay sa iba na gawin ang parehong ginawa naming.

Naaalala ko pa rin ang araw na si Juan at iba pang mamamayan ay ibinahagi sa akin na ang mga tao na sinanay namin ay ginagawa na ng siyamnapung porsyento ng kung ano ang itinuro namin sa kanila na gawin. Kaya naman iniwan na naming ang mga kanluranin na pamamaraan, ang pang Asyanong pamamaraan, ang pagsasanay sa pHD, ang aming mga karanasan, at natutunan na pagkatiwalaan lamang at wala ng iba ang halimbawa ni Hesus na iniwan Niya sa atin para sundin.

Iyon ay ang kuwento ng kung paano ang pagsunod sa Pagsasanay ni Hesus (FJT) ay nakilala. Ang paggawa ng mga radikal na mga alagad o disipulo ay isang tutok sa pagsasanay na sistema na tinutulungan ang mga mananampalataya upang sundin ang limang mga hakbang ng diskarte ni Hesus upang maabot ang mga bansa na nakita sa ang mensahe ng Diyos, ang aklat ng mga Gawa, ang mga Epistles, at kasaysayan ng Iglesia. Ang layunin ng pagsasanay sa paglalakbay ay ang pagbabago at hindi na impormasyon. Para sa kadahilanang iyon, ang mga aralin ay simpleng "buto" ng mga pangunahing espirituwal na katotohanan; kung ano ang higit pa, ang mga ito ay lubos na maaaring kopyahin. Sinusunod nila ang espirituwal na prinsipyo, "isang maliit na lebadura ay naglelebadura ng buong bukol" at magbibigay ng kapangyarihan ng mga mananampalataya upang mapagkopyahan, at mainapoy na mga tagasunod ni Kristo.

Magturo ng materyal na sa mano-manong ito bilang ito, nang walang pagbabago ng anumang bagay (maliban sa adaptasyon ng pagsasanay ayon sa kultural na ayos na kung saan gumagana), na hindi bababa sa limang beses, Isipin ang pagsasanay ng koponan ay naglalakad sa tabi mo, tinutulungan ka sa unang limang beses na mapadaliin mo ang pagsasanay na ito. Ang Paggawa ng mga radikal na disipulo ay may ilang mga sumosobra ang paghubog na dinamika na hindi halata hanggang mayroon ka ng mga sinanay na iba na hakbang-hakbang na maraming beses. Sa ngayon, nakapagsanay na kami ng libu-libong mga indibidwal (mga naniniwala at mga hindi naniniwala), na may materyal na ito sa parehong Timog-silangang Asya at Amerika. Sundin niyo lang ang payo na ito upang maiwasan ang mga pagkakamali ng iba na ginawa! Tandaan: Ang isang matalinong tao ay natututo mula sa kanyang pagkakamali, ang isang matalinong tao ay natututo mula sa mga pagkakamali ng iba.

Bago ka magsimula, kailangan naming ibahagi sa iyo na ang Pagsunod sa Pagsasanay ni Hesus ay nakapagpabago sa amin ng mas maraming gaya ng pagpapabago ng sinuman na sinanay namin.

Nawa'y pagpalain ka din ng Diyos gaya sa amin at higit pa sa iyong buhay!

Unang Bahagi

Mga Masusing Detalye

Estratehiya ni Hesus

Ang diskarte ni Hesus upang maabot ang mga bansa ay nagpapaloob ng mga limang hakbang: Lumakas para sa Panginoon, ibahagi ang ebanghelyo, gumawa ng mga alagad, simulan ang mga grupo na hahantong sa simbahan, at bumuo ng mga pinuno. Ang bawat hakbang ay nakatatayon mag-isa, ngunit ito din ang nagpapalakas ng iba pang mga hakbang sa isang pabilog na proseso. Ang materyal sa FJT ang nagpapalakas sa mga tagapagsanay na maging isang katalista para sa isang kilusan sa pagtatanim ng iglesia sa kanilang mga tauhan para sa pagsunod kay Hesus.

Ang Paggawa ng Radikal na mga Disipulo ay nagbibigay kahulugan sa unang tatlong mga hakbang: Maging matatag sa Panginoon, Ibahagi ang Ebanghelyo, at Gumawa ng mga disipulo. Ang mga nagaaral ay binigyan ng isang pangitain para sa pagpaparami at sinanay na sa kung paano: mamuno ng isang maliit na grupo, manalangin, sundin and utos ni Hesus, at lumakad sa kapangyarihan ng Banal na Espiritu (Maging Matatag sa Panginoon). Ang mga nagaaral kapag natapos ay matutuklasan kung paano sumali sa Diyos kung saan maaaring sila ay nagtatrabaho; nalalaman nila kung paano ibahagi ang kanilang patotoo, ikalat ang ebanghelyo, at ibahagi ang isang pangitain sa iba para sa pagpaparami sa kanilang mga tauhan (Ibahagi sa Ebanghelyo). Ang pagkumpleto ng kursong ito ay nagbibigay sa mga nagaaral ng mga kasangkapan upang gumawa ng mga alagad (ikatlong hakbang) at gabayan ang mga ito sa mga grupo.

Ang mga nagaaral na mga tapat sa pagsasanay ng iba ay gumagamit ng Paggawa ng Radikal na mga Disipulo ay pwedeng magpatuloy sa alinman Pagsisimula ng Radikal na mga simbahan o Pagsasanay ng mga Radikal na mga Namumuno, depende sa kanilang mga pangangailangan. Ang Pagsisimula ng Radikal na mga Simbahan ay isang sistema ng pagsasanay na dinisenyo upang magbigay ng kapangyarihan sa mga simbahan upang simulan ang mga bagong grupo at mga simbahan (ang ika-apat na hakbang sa diskarte ni Hesus), na humahantong sa isang iglesiang pagtatanim na kilusan. Ang Pagsasanay ng Radikal na mga Namumuno ay isang sistema ng pagsasanay na ginawa upang gumawa ng mga makabagbag-puso, espirituwal na mga pinuno (ang ikalimang hakbang sa diskarte ni Hesus), pati patungo sa katapusan na layunin ng isang iglesiang pagtatanim na kilusan. Parehong sistema ng pagsasanay ay sasaliksikin ang ministeryo ni Hesus 'at pamamaraan, nagbibigay sa mga nagaaral ng simple, maaaring kopyahin na mga kagamitan na maaari nilang kabisaduhin at ibahagi sa iba.

Ang mga sumusunod na kasulatan ang ang nagpapatibay na ang limang mga hakbang na binanggit sa itaas sa ministeryo ni Hesus. Ang diskarte ng Pedro at Pablo ay nagpapakita na sila ay gumagaya kay Hesus sa pamamagitan ng pagsunod sa mga parehong modelo. Ang Pagsunod sa Pagsasanay ni Hesus ay nagbibigay-daan sa amin upang gawin din yung mga ginawa nila.

HESUS

PATULOY NA LUMALAKAS SA PANGINOON

–Lucas 2:52– At lumalaki si Hesus sa karunungan at sa pangangatawan, at sa pagbibigay lugod sa Diyos at sa mga tao.

MAGBAHAGI NG EBANGHELYO

–Marcos 1:14,15– Pagkatapos ngang madakip si Juan, ay napasa Galilea si Hesus na ipinangangaral ang ebanghelyo ng Diyos, At sinasabi, "Naganap na ang panahon, at malapit na ang kaharian ng Dios: kayo'y mangagsisi, at magsisampalataya sa ebanghelyo!"

PAGLIKHA NG MGA DISIPULO

–Marcos 1:16-18– At pagdaraan sa tabi ng dagat ng Galilea, ay nakita niya si Simon at si Andres na kapatid ni Simon na naghahagis ng lambat sa dagat; sapagka't sila'y mga mamamalakaya. At sinabi sa kanila ni Hesus, Magsisunod kayo sa aking hulihan, at gagawin ko kayong mamamalakaya ng mga tao. At pagdaka'y iniwan nila ang mga lambat, at nagsisunod sa kanya. (CEV)

MGA UMPISANG GRUPO/SIMBAHAN

—Marcos 3:14,15—At naghalal siya ng labindalawa, upang sila'y makisama sa kaniya, at upang sila'y suguin niyang magsipangaral, At magkaroon ng kapamahalaang magpalayas ng mga demonyo. (NLT) (Tignan din ang Marcos 3:16-19, 31, 35)

MAGSANAY NG MGA MAMUMUNO

—Marcos 6:7-10—At pinalapit niya sa kanya ang labingdalawa at nagpasimulang sinugo sila na daladalawa; at binigyan niya sila ng kapamahalaan laban sa mga karumal-dumal na espiritu; At ipinagbilin niya sa kanila na huwag silang magsipagbaon ng anoman sa paglakad, kungdi tungkod lamang; kahit tinapay, kahit supot ng ulam, kahit salapi sa kanilang supot; Datapuwa't gumamit ng mga sandalyas: at, huwag magsuot ng dalawang tunika. At sinabi niya sa kanila, Saan man kayo magsipasok sa isang bahay, mangatira kayo roon hanggang sa kayo'y magsialis doon. (Tignan din ang Marcos 6:11-13)

PEDRO

MAGING MALAKAS PARA SA PANGINOON

—Mga Gawa 1:13, 14—At nang sila'y magsipasok sa bayan, ay nagsiakyat sila sa silid sa itaas, na kinatitirahan nila; ni Pedro at ni Juan at ni Santiago..Ang lahat ng mga ito'y nagsisipanatiling matibay na nangagkakaisa sa pananalangin na kasama ang mga babae, at si Maria na ina ni Hesus, at pati ng mga kapatid niya. (NLT)

MAGBAHAGI NG EBANGHELYO

—Mga Gawa 2:38, 39—At sinabi sa kanila ni Pedro, "Mangagsisi kayo, at mangagbautismo ang bawa't isa sa inyo sa pangalan ni Hesukristo sa ikapagpapatawad ng inyong mga kasalanan; at tatanggapin ninyo ang kaloob ng Espiritu Santo. Sapagka't sa inyo ang pangako, at sa inyong mga anak, at sa lahat ng nangasa malayo, maging ilan man ang tawagin ng Panginoon nating Diyos sa kanya."

GUMAWA NG MGA DISIPULO

—Mga Gawa 2:42, 43—At sila'y nagsipanatiling matibay sa turo ng mga apostol at sa pagsasama sama, sa pagpuputolputol ng tinapay at sa mga pananalangin. At ang takot ay dumating sa bawat kaluluwa: at ginawa ang maraming kababalaghan at tanda sa pamamagitan ng mga apostol. (NASB)

MGA NAGUUMPISANG MGA GRUPO/SIMBAHAN

—Mga Gawa 2:44-47—At ang lahat ng mga nagsisampalataya ay nangagkakatipon, at lahat nilang pagaari ay sa kalahatan; At ipinagbili nila ang kanilang mga pagaari at kayamanan, at ipinamahagi sa lahat, ayon sa pangangailangan ng bawa't isa. At araw-araw sila'y nagsisipanatiling matibay sa pagkakaisa sa templo, at sa pagpuputolputol ang tinapay sa bahay-bahay, at nagsisikain sila ng kanilang pagkain na may galak at may katapatan ng puso. Na nagpupuri sa Diyos, at nangagtatamo ng paglingap ng buong bayan. At idinaragdag sa kanila ng Panginoon araw-araw yaong nangaliligtas. (NASB)

MAGSANAY NG MGA NAMUMUNO

—Mga Gawa 6:3, 4—Magsihanap nga kayo, mga kapatid, sa inyo, ng pitong lalake na may mabuting katunayan, puspos ng Espiritu at ng karunungan, na ating mailalagay sa gawaing ito. Datapuwa't magsisipanatili kaming matibay sa pananalangin, at sa ministeryo ng salita.(NLT) (Tignan din ang Mga Gawa 6:5,6)

PABLO

MAGING MALAKAS PARA SA PANGINOON

—Galacia 1:15-17—Nguni't nang magalingin ng Dios na siyang sa akin ay nagbukod, buhat pa sa tiyan ng aking ina, at ako'y tawagin sa pamamagitan ng kaniyang biyaya, Na ihayag ang kaniyang Anak sa akin, upang siya'y aking ipangaral sa gitna ng mga Gentil; pagkaraka'y hindi ako sumangguni sa laman at sa dugo; Ni inahon ko man sa Jerusalem silang mga apostol na nangauna sa akin: kundi sa Arabia ako naparoon; at muling nagbalik sa Damasco.

MAGBAHAGI NG EBANGHELYO

—Mga Gawa 14:21—At nang maipangaral na nila ang Ebanghelyo sa bayang yaon, at makahikayat ng maraming mga alagad, ay nagsibalik sila sa Listra at sa Iconio, at a Antioquia,

GUMAWA NG MGA DISIPULO

—Mga Gawa 14:22—Na pinatitibay ang mga kaluluwa ng mga alagad, at inaaralan sila magsipanatili sa pananampalataya, at sa pamamagitan ng maraming mga kapighatian ay kinakailangang magsipasok tayo sa kaharian ng Dios.

MGA UMPISANG MGA GRUPO/SIMBAHAN

—Mga Gawa 14:23—At nang makapaglagay na sa kanila ng mga matanda sa bawat iglesia, at nang makapanalanging may pagaayuno, ay ipinagtagubilin sila sa Panginoong kanilang sinampalatayaan.

MAGSANAY NG MGA PINUNO

—Mga Gawa 16:1-3—At siya'y naparoon din naman sa Derbe at sa Listra: at narito, naroon ang isang alagad, na nagngangalang Timoteo, na anak ng isang Judiang sumasalampalataya; datapuwa't Griego ang kanyang ama. Siya'y may mabuting patotoo ng mga kapatid na nangasa Listra at Iconio. Iniibig ni Pablo na sumama siya sa kaniya; at kaniyang kinuhasiya at tinuli dahil sa mga Judio na nangasa mga dakong yaon:sapagka't nalalaman ng lahat na ang kanyang ama'y Griego.

Kasaysayan Ng Simbahan

Sa buong kasaysayan ng Simbahan, ang parehong limang-hakbang na proseso ay malinaw. Kung si St Benedict, St Francis ng Assisi, Peter Waldo at Waldensians, ang Jacob Spener at ang mga Pietists, John Wesley at ang Methodists, Jonathan Edwards at ang Puritans, Gilbert Tennant at ang mga Baptists, ng Dawson Trotman at ang mga Navigators, Billy Graham at ang modernong evangelicalism, o Bill Bright at Campus Crusade for Christ, ang parehong modelo ang lumilitaw ng paulit ulit..

Ang sinabi ni Hesus, "Bubuo ako ng aking iglesia" sa Mateo 16:18. Itong modelong ito ay ang kanyang paraan at nang FJT na magpalakas ng mga mananampalataya upang sundin si Hesus ng kanilang buong puso, kaluluwa, isip, at lakas.

Pagsasanay ng mga Tagapagturo

Ang mga detalye ng seksyon na ito ay kung paano magsanay ng mga tagapagturo sa isang maaaring gayahin na paraan. Una, ibabahagi naming sa iyo ang mga kinalabasan na maaari mong makatwirang asahan pagkatapos ng iba pang pagsasanay sa Paggawa ng Radikal na mga alagad. Pagkatapos, kami ay gagawa ng banghay para sa iyo sa proseso ng pagsasanay, na kabilang ang 1) pagsamba, 2) panalangin, 3) pag-aaral, at 4) praktis, na batay sa pinakamahalagang utos. Panghuli, ibabahagi naming ang ilan sa mga pangunahing mga prinsipyo sa pagsasanay ng mga tagapagturo na aming natuklasan habang kami ay nagsasanay ng mga libo-libo ng mga tagapagturo.

MGA KINALABASAN

Pagkatapos tapusin ang *Paggawa ng Radikal na mga Disipulo*, ang mga nagaaral ay magagawang:

- Magturo ng sampung pangunahing aralin ng pagiging disipulo batay kay Kristo para sa iba pa, gamit ang isang maaaring kopyahin na proseso ng pagsasanay.
- Alalahanin ang mga walong malinaw na larawan na gumanap ng papel ng isang tagasunod ni Hesus.

- Mamuno ng isang simple, maliit na grupo na may karanasan sa pagsamba batay sa pinaka-mahalagang utos.
- Ibahagi ang isang makapangyarihang patotoo at pagtatanghal ng ebanghelyo nang may pagtitiwala
- Magpakita ng kongkretong pangitain para maabot ang nawala at ang mga mananampalataya na nagsasanay ng paggamit ng isang mapa ng Mga Gawa 29.
- Simulan ang isang grupo ng alagad (ilan sa kung saan ay maging simbahan) at magsasanay din ng iba na gawin ang parehong ginawa.

PROSESO

Ang bawat sesyon ay sumusunod sa parehong ayos. Nakalista sa ibaba ang mga pagkakasunod-sunod at tinantyang talaorasan:

PAPURI

- 10 minuto
- Magtanong ng isang tao upang buksan ang sesyon, ipagdarasal para sa grasya ng Diyos at direksyon para sa lahat sa grupo. Umanib ang isang tao sa grupo na mamuno sa ilang mga koro o himig (depende sa konteksto); Ang instrumento ay opsyonal.

PANALANGIN

- 10 minuto
- Hatiin ang mga nagaaral sa mga pares na hindi pa nila nakasama dati. Ang pares ay magbabahagi sa bawat isa ng sagot sa dalawang mga katanungan:

1. Paano kami mananalangin para sa mga nawalang mga tao alam mo ay kailangan iligtas?
2. Paano namin ipapanalangin para sa pangkat ng aming pinagsasanay?

- Kung ang isang nag-aaral ay hindi nagsimula ng groupo, ang kanilang mga kapares ang dapat magtrabaho sa kanila upang bumuo ng isang listahan ng posibleng mga kaibigan at pamilya sa pagsasanay, pagkatapos magdasal kasama ang mga nag-aaral para sa mga tao sa kanilang listahan.

MAG ARAL

Ang Pagssunod sa Pagsasanay ni Hesus na sistema ay gumagamit ng mga sumusunod na proseso: Papuri, Panalangin, Pag-aaral, at Pageensayo. Ang prosesong ito ay batay sa Simpleng modelo ng Pagsamba na ipinaliwanag simula sa pahina 33. Para sa sampung aralin sa manwal ng FJT, ang sesyon ng 'Pag-aaral' ay inilarawan sa ibaba.

- 30 minuto
- Ang bawat seksyon ng "Pag-aaral" ay nagsisimula sa "Muling Pag-aaral." Ito ay isang pagsusuri ng ng walong mga larawan ni Kristo at mga aralin na pinagkadalubhasaan ngayon. Sa pagtatapos ng pagsasanay, ang mga nag-aaral ay magagawang bigkasin ang buong pagsasanay sa pamamagitan ng memorya.
- Pagkatapos ng "Pagsusuri," ang mga tagapagsanay o baguhan ay nagsasanay ng mga nag-aaral gamit ang mga kasalukuyang aralin, binibigyang diin ang mga na aaral ay dapat makinig mabuti dahil sila din ay magsasanay ng bawat isa pagkatapos.
- Kapag ang mga nagsasanay na nagpakita ng mga aralin, dapat nilang gamitin ang sumusunod na pagkakasunod-sunod:

1. Magtanong ng mga mungkahi.
2. Basahin ang Banal na Kasulatan.
3. Hikayatin ang mga nagaral upang sagutin ang tanong.

- Ang prosesong ito ay naglalagay ng salita ng Diyos bilang makapangyarihan para sa buhay at hindi ang guro. Masyadong madalas, ang mga guro ay humingi ng isang katanungan, magbigay ng sagot, at pagkatapos ay suportahan ang kanilang mga sagot sa Banal na Kasulatan. Ang pagkasunud sunod nito ang naglalagay sa guro bilang makapangyarihan, sa halip na ang salita ng Diyos.
- Kung ang mga nag aaral ay sinagot ang tanong na hindi tama, huwag mong iwasto ang mga ito, ngunit tanungin ang mga kalahok na basahin ang Banal na Kasulatan at basahin ito ng malakas at sagutin muli.
- Ang bawat aralin ay nagtatapos sa isang taludtod ng memorya. Ang mga Tagasanay at nag aaral ay tumatayo nang sama-sama at binibigkas ang mga tula ng memorya ng sampung beses; sinasabi ang direksyon ng taludtod sa unang, sinusundan ng tula. Aaral ay maaaring gamitin ang kanilang mga Bibles o gabay ng mag-aaral sa unang anim na beses sabihin nila ang memory taludtod. Ang huling apat na beses, gayunpaman, ang grupo ang nagbibigkas ng memoryang tula mula sa puso. Ang buong grupo ang nagbibigkas ng tula ng sampung beses at pagkatapos uupo na.

PRACTICE

- 30 minuto
- Dati, ang mga nagsasanay ay hinahati ang nag aaral para sa segmento na "Panalangin". Ang kanilang kaparehas sa panalangin ay kanilang katunggali din sa kanilang pagsasanay.

- Ang bawat aralin ay isang paraan ng pagpili kung sino ang "pinuno" ng mga pares ay. Ang pinuno ay ang tao na una muang tuturuan. Ang tagasanay ay magsasabi ng paraan ng pagpili ng pinuno ng isang pares sa grupo.
- Ang panggagaya sa mga Tagasany, ang pinuno ang magsasanay sa kanilang mga kaparehas. Ang panahon ng pagsasanay ay dapat isama ang pagsusuri at ang mga bagong aralin, at pagtatapos sa memory ang tula. Ang mga nag-aaral ay tumayo upang bigkasin ang "Tula ng Memorya" at umupo kapag ito ay tapos na, upang ang mga tagapagsanay ay maaring makita kung aling mga nag aaral ang natapos na.
- Kapag ang unang tao sa isang pares ay natapos na, ang pangalawang tao ay uulitin muli ang proseso, kaya sila ay magsagawa ng pagsasanay na rin. Tiyakin na ang pares ay hindi lalaktawan o kumuha ng mga mabilis na paraan sa proseso.
- Maglakad sa paligid ng silid habang sila ay pagsasanay upang tiyakin na sila ay sumusunod sa iyo nang eksakto. Ang hindi pagtupad sa gawin ang mga galaw ng kamay ay isang patay na pangitain na sila ay hindi gumagaya sa iyo. Bigyang-diin ang paulit-ulit na dapat nilang kopyahin ang iyong estilo.
- Hayaan sila makahanap ng isang bagong kapares at magpapalit palit sa pagsasanay muli.

PAGTATAPOS

- 20 minuto
- Karamihan sa mga sesyon ng pagtatapos sa isang praktikal na aktibidad ng pag-aaral ng kahilingan. Magbibigay ang mga magaaral ng maraming oras upang gumana sa kanilang Aklat ng Mga Gawa 29 ng mga mapa at hinihikayat ang mga ito sa lumakad sa paligid at makakuha ng mga ideya mula sa iba habang gumagawa ng trabaho.

- Gumawa ng anumang mga kinakailangang mga anunsyo, at pagkatapos ay tanungin ang isang tao na manalangin ng grasya sa sesyon na ito. Magtanong ng isang tao na hindi pa nakapagdasal bago magdasal pa-sa dulo ng pagsasanay, lahat dapat nakapaghuling panalangin na hindi bababa sa isang beses.

Mga Prinsipyo

Natuklasan naming ang mga sumusunod na mga prinsipyo sa kalagitnaan ng pagtuturo ng mga libo-libong mga tao sa huling sampung taon. Sa aming karanasan, ang mga prinsipyo ay hindi eksaktong kultura; Ito ay nakita namin sa pagtrabaho sa Asya, Amerika, at Africa (hindi namin malaman tungkol sa Europa, pa!).

- *Ang tuntunin ng Lima:* Ang mga nag-aaral ay dapat magsagawa ng isang aralin ng limang beses bago magkaroon sila ng tiwala sa kinakailangan upang masanay ang ibang tao. Ang Pagsasanay ng isang aralin ay kabilang sa alinman sa pakikinig sa ibang tao sa pagsasanay sa aralin o pagsasanay ito sa kanilang sarili. Para sa kadahilanang iyon, inirerekumenda namin ang paggawa ng oras ng pagsasanay sa dalawang beses. Ang mga mag-aaral ay dapat na isang beses na pagsasanay sa kanilang mga kapareha sa panalangin at pagkatapos ay lumipat sa isa pang kapareha at gawin ang mga aralin muli.
- *Wala bang Mas Mahusay sa Higit Pa:* Karamihang magaaral ay edukado sa mas malayo sa itaas ang kanilang antas ng pagkamasunurin. Ang isang karaniwang pagkakamali sa mga nagsasanay ay nagbibigay sa kanilang magaaral ngayon ng karagdagang impormasyon kaysa sa maaari nilang sundin. Ang pangmatagalang paghahayag sa ganitong uri ng pagsasanay ay nagiiwan sa mga magaaral ng puno ng kaalaman na may maliit na mga praktikal na aplikasyon.

Lagi naming sinusubukan na bigyan ang mga mag-aaral ng "bitbit sa likod" ng impormasyon na maaari nilang dalhin sa kanila at gamitin, hindi isang "empake."

- *Ang Ibang Magaaral ay Iba't ibang paraan na Natututo:* Ang mga tao ay may mga diskarte sa pag-aaral mula sa tatlong iba't ibang estilo: pandinig, paningin, at kinestetik. Para sa pagsasanay upang lubos na maaaring kopyahin, ito ay dapat na kasangkot sa lahat ng tatlong mga estilo ng pag-aaral sa bawat aralin. Karamihan sa mga pagsasanay, gayunpaman, ay nakasalalay sa isa o dalawang estilo. Ang aming layunin ay upang makita ang pagbabago sa kabuuan ng isang buong grupo ng mga tao. Ang aming sistema ng pagsasanay, bilang isang resulta, ay pinagsama ng lahat ng tatlong mga pag-aaral ng estilo upang hindi ibukod ang isa.

- *Proseso at Nilalaman ay Mahalaga:* Natuklasan ng mga mananaliksik na maraming mga pagsulong sa mga matanda na edukasyon na magbigay ng kapangyarihan sa atin upang magturo ng mga tao sa isang pagbabagong-anyo, sa halip na impormasyon, na paraan. Halimbawa, alam namin na ang "ayos ng panayam" ay kadalasang ginagamit ay hindi isang mahusay na pamamaraan para sa karamihan ng mga mag-aaral. Sa kasamaang palad, ang karamihan sa mga pagsasanay na ginawa sa ibang bansa ay ito pa din ang sinusunod na disenyo. Kami ay tumutok sa pagpapakopya sa pagsunod sa pagsasanay ni Hesus na sistema—maghalaga ang mga aralin sa kakayahan ng mga susunod na henerasyon ng mga magaaral upang kopyahin ang mga ito.

- *Magbasa, Magbasa, Magbasa:* Ito ay isa pang termino na madalas na ginagamit para sa pagmemorya ng "pag-aaral ng isang bagay sa pamamagitan ng puso." Ang aming sistemang pagsasanay ay tungkol lahat sa nakikitang pagbabagp sa puso ng mga tao. Bilang isang resulta, ang isa sa aming mga layunin ay para sa bawat mag-aaral upang bigkasin ang buong kurso ng pagsasanay mula sa memorya. Ang seksyon na "Magbasa" sa simula ng bawat oras ng pag-aaral ay tumutulong sa mga magaaral upang gawin lamang ito. Mangyaring huwag laktawan ang pagsusuri. Sa aming karanasan, kahit ang mga magsasaka ng bigas na ay nakapagaral sa ikatlong-antas ng grado sa Timog-silangang Asya ay maaaring ulitin ang buong nilalaman ng *Pagsasagawa ng mga Radikal na mga Alagad* gamit ang mga galaw ng kamay.

- *Magbuo ng Aralin:* Kapag nagsanay tayo ng iba, tayo ay "bumubuo" ng aralin sa pagtulong sa memorya at pagtitiwala para sa magaaral. Halimbawa, hinihiling namin ang unang tanong, basahin ang banal na kasulatan, magbigay ng sagot, at ipakita ang paggalaw ng kamay. Pagkatapos, basahin natin ang ikalawang tanong at sundin ang mga parehong proseso. Bago tayo magpatuloy sa ikatlong tanong, gayunpaman, suriin natin ang tanong, sagutin, at gamitn ang paggalaw ng kamay para sa mga tanong sa isa at dalawa. Pagkatapos, magpatuloy sa ikatlong tanong. Sundin natin ang parehong paulit-ulit na modelo sa buong aralin, "buuing pataas" ang aralin sa bawat bagong tanong. Ito ay tumutulong aaral upang maunawaan ang buong aralin sa konteksto at tandaan ang mga ito nang mas mahusay.
- *Maging Isang Halimbawa:* Ang mga tao ay ginagawa kung ano ang nakikita nilang modelo para sa kanila. Ang pagsasanay ay tungkol sa pamumuhay ang materyal ating sarili at hindi lamang sa pagtuturo ng impormasyon sa iba. Ang mga sariwang mga kuwento tungkol sa kung paano ang Diyos ay nagtatrabaho sa ating mga sariling buhay ay pumupukaw sa mga sinasanay natin. Ang pagsasanay ay hindi isang trabaho; ito ay isang paguugali. Ang pagtatanim ng Iglesia na kilusan ay lumabas sa direktang proporsyon bilang ng mga mananampalataya sa isang grupo ng mga tao na pinagtibay saloobin na ito.

Simpleng Pagsamba

Ang Simpleng Pagsamba ay isang kritikal na bahagi ng Pagsunod sa Pagsasanay ni Hesus-isa ito sa mga pangunahing kasanayan para sa paggawa ng mga alagad. Batay sa Pinakadakilang Utos, Ang Simpleng Pagsamba ay nagtuturo sa mga tao kung paano sundin ang utos na mahalin ang Diyos ng kanilang buong puso, ang lahat ng kanilang kaluluwa, lahat ng kanilang mga isip, at lahat ng kanilang lakas.

Mahal natin ang Diyos sa lahat ng ating mga puso, kaya pinupuri natin Siya. Mahal natin ang Diyos sa lahat ng ating mga kaluluwa, kaya nananalangin tayo sa kanya. Mahal natin ang Diyos sa ating buong isip, kaya nating pinag-aaralan ang Biblia. Panghuli, mahal natin ang Diyos sa lahat ng ating lakas, kaya natin pinagsasanay kung ano ang ating natutunan upang ibahagi ito sa iba.

Pinagpapala ng Diyos ang mga maliliit na grupo sa buong Timog-silangang Asya na natuklasan nila ang Simpleng Pagsamba sa kahit saan-bahay, mga kainan, sa pasyalan, sa Linggong paaralan, kahit na sa Pagoda!

Palatuntunan

- Ang isang grupo ng apat ay karaniwang tumagal ng tungkol sa dalawampung minuto upang makumpleto ng isang Simpleng oras ng Pagsamba.

- Sa isang pagtatakda ng pantas-aral, mayroon kaming Simple Pagsamba sa simula ng araw at / o pagkatapos ng tanghalian.
- Ang unang pagkakataon mo sa Simpleng Pagsamba, imodelo mo ito para sa grupo; Magukol ka ng panahon upang ipaliwanag kung paano gawin ang bawat bahagi.
- Pagkatapos mong imodelo kung paano gawin ang Simpleng Pagsamba, hilingin sa bawat tao sa pagsasanay upang pumili ng isang kapares. Karaniwan, ang mga magaaral ay pumipili ng isang kaibigan. Kapag ang lahat ay natagpuan ang kanilang mga kapares, hilingin sa bawat pares na sumali sa isa pang pares-pagbibigay ng apat na tao bawat grupo.
- Tanungin ang mga pangkat na magisip ng kanilang sariling mga "pangalan," at magbigay sa kanila ng ilang minuto upang gawin ito, pagkatapos ay umikot sa paligid ng kuwarto at hilingin sa bawat grupo kung ano ang kanilang pangalan. Subukang sumangguni sa mga grupo sa pamamagitan ng pangalan na ito sa buong natitirang bahagi ng pagsasanay.
- Sa isang lingguhang ayos, gusto namin na turuan ang mga tao muna ang Simpleng Pagsamba. Binisita at sinanay namin ang mga ito sa panahon ng dalawang sesyon mamaya.

Proseso

- Hatiin sa mga grupo ng apat.
- Ang bawat tao ay kumukuha ng ibang bahagi ng Simpleng Pagsamba.
- Sa bawat oras na pagsasanay sa iyo ng Simpleng Pagsamba, ang mga magaaral ay iikot kung aling bahagi ng Simpleng Pagsamba humantong sa kanila, kaya sa katapusan ng oras ng pagsasanay na sila ay tapos na ang bahagi sa bawat isa ng hindi bababa sa dalawang beses.

Pagpuri

- Ang Isang tao ay humahantong sa grupo sa pag-awit ng dalawang mga koro o himno (depende sa iyong konteksto).
- Hindi na kinakailangan ang mga instrumento.
- Sa sesyon ng pagsasanay, magtanong sa mga nagaaral na maglagay ng kanilang mga upuan bilang kung sila ay uupo sa isang mesa ng café na magkasama.
- Ang bawat grupo ay kakanta ng ibang mga awitin at iyon ay mabuti.
- Ipaliwanag sa grupo na ito ang oras upang Purihin ang Diyos sa lahat ng iyong puso bilang isang grupo, at hindi upang makita kung aling group ay maaaring kantahin ng pinakamalakas.

Panalangin

- Another person (different from the one who led in praise) leads the group prayer time.
- Ang pinuno ng panalangin ay nagtatanong sa bawat isa ng mga miyembro ng pangkat para sa isang kahilingan ng panalangin at isinusulat nila ito.
- Ang pinuno ng panalangin ay nagpapasiya upang manalangin para sa mga bagay na ito hanggang sa pangkat ay magkita muli.
- Matapos ang bawat tao ay nagbahagi ng kanilang mga kahilingan sa panalangin, ang Ppanalanging pinuno ay magdadasal para sa grupo.

Pag-aralan

- *Isa pang tao* sa grupo ng apat na namumuno sa grupo ng oras ng pag-aaral.
- Ang pinuno ng pag-aaral ay nagsasabi sa isang kuwento mula sa Bibliya sa kanyang sariling mga salita, iminumungkahi

namin ang mga kuwento mula sa mga Ebanghelyo, at hindi bababa sa simula.

- Depende sa grupo, maaari mong hilingin ang mga pinuno ng pag-aaral sa unang basahin ang Bibliyang kuwento at pagkatapos ay sabihin ito sa kanilang sariling mga salita.
- Matapos ang pinuno ng pag-aaral na ay nagsasabi sa Bibliya na kuwento, tanungin nila dapat ang kanilang grupo ng tatlong katanungan:

    1. Ano ang kuwento na ito na magturo sa atin ng tungkol sa Diyos?
    2. Ano ang kuwentong ito magturo sa amin ang tungkol sa mga tao?
    3. Ano ang kong matuto sa kuwentong ito na makakatulong sa akin na sundin si Jesus?

- Ang grupong ay tumatalakay sa bawat tanong na magkasama, hanggang sa pinuno ng pag-aaral ay nararamadaman ang talakayan ng pagliit; pagkatapos ay ang pinuno ang gumagalaw sa susunod na tanong.

Pagsasanay

- *Isa pang tao* sa grupo ng apat na humantong ang oras ng pagsasanay ng grupo.
- Ang pinuno ng pagsasanay ay tumutulong sa pangkat na suriin muli ang aralin at siguraduhin na ang lahat nauunawaan ang mga aralin at maaaring magturo sa ito sa iba.
- Ang pinuno ng pagsasanay ay nagsasabi ng parehong Bibliya na kuwento na nabanggit ng mga pinuno ng pag-aaral.
- Ang pinuno ng pagsasanay ay humihingi ng parehong tanong na ang mga pinuno ng pag-aaral ay nagtanong at ang grupo tumatalakay muli ng bawat tanong.

Wakas

- Ang Simpleng grupo ng Pagsamba ay nagtatapos ng oras ng pagsamba sa pamamagitan ng pag-awit ng isa pang papuri kanta, o sinasabi ang Panalangin ng Panginoon na magkasama.

PINAKAMAHALAGANG PRINSIPYO NA DAPAT TANDAAN

- Ang mga grupo ng apat ay nagtrabaho ng mahusay sa Simpleng Pagsamba. Kung kailangan mong gumawa ng isang pangkat ng lima, tanging lumikha ng isa. Ang dalawang grupo ng tatlong mga tao ay mas mahusay kaysa sa isang grupo ng animan.
- Isa sa mga susi sa pagpapakopya sa Simpleng Pagsamba ay ang bawat tao sa pagkuha ng isang pag-ikot sa pagsasanay ng isa sa apat na bahagi: papuri, panalangin, pag-aaral, o pagsasanay. Ang mga grupo ng apat ay nagbibigay ng suporta sa mga taong nag-aaral ng bagong mga kasanayan at hindi bilang nagbabala bilang isang mas malaking grupo.
- Hikayatin ang mga grupo upang sumamba sa kanilang wika ng puso. Kung mga walang mangaawit sa grupo (na kung saan ay mangyayari), tulungan ang grupo sa pamamagitan ng pagmumungkahi na basahin ang isang Awit ng malakas na magkakasama
- Gumawa ng ilang mga payagan ka ng sapat na oras para sa pagsasanay ng tao na gawin ang grupo sa pamamagitan ng isang sesyon ng pagsasanay. Ang pananagutan sa oras ng pagsasanay ay nagdudulot ng pagpaparami ng Simpleng grupo ng Pagsamba. Kapag wala ang seksyon ng pagsasanay, ang oras ay lumiliko lamang sa isa pang Bibliya na pag-aaral ng grupo. Ano ang talagang gusto?

- Tulad ng iyong napansin, ang Simpleng Pagsamba ng layunin ay ang parehong proseso ginamit sa sampung mga sesyon ng FJT: Papuri, Panalangin, Pag-aaral, at Pagsusuri. Ang pangunahing pagkakaiba ay ang nilalaman ng seksyon ng "Pag-aaral". Sa dulo ng FJT, ang mga nagaaral ay pagkatapos ay inensayo ang Simpleng ayos ng Pagsamba ng maraming beses. Ang ating panalangin ay sila ay humantong sa isang grupo at magsanay ng iba pa sa Simpleng Pagsamba na magkakasama.

Ikalawang Bahagi

Pagsasanay

1

Unang Pagbati

Ang *Unang Pagbati* ay nagbubukas sa pagsasanay ng sesyon at seminar sa pagpapakilala sa mga nagsasanay at mag-aaral. Ang mga Tagapagsanay ay ipinapakilala ang walong larawan ni Hesus at ito ang mga sususunod: Sundalo, Tagahanap, Pastol, Magsasaka, Anak, Ang Banal, Lingkod at Tangapangasiwa—na may kasamang paggalaw ng kamay. Dahil ang mga mag-aaral ay natuto sa pamamagitan ng pakikinig, nakikita at ginagawa, ang Pasasanay sa Pagsunod kay Hesus ay ay gingagawa ang ganitong bagay sa pag-aaral sa bawat sesyon.

Ang sabi ng Bibliya ang ating guro ay ang Banal na Espirito: ang mga mag-aaral ay hinahakayat na dumepende sa Banal na Espirito sa mga araw ng pagsasanay. Ang unag bahagi ng sesyon ay magtatapos sa isang "Pagsasalu-salo" upang makapagbigay ng magandang panimula sa mga mag-aaral at tagapgsanay tulad sa mga disipulo at kay Hesus.

Magpuri

- Magsabi sa isang tao na magdasal para sa presensya ng Panginoon at biyaya.
- Umawit kayo ng dalawang kanta o korus.

Panimula

Pagpapakilala sa Tagapagsanay

Ang mga mag-aaral at tagapagsanay ay marapat ng magkasama sa isang pangkat sa paninimula ng unang sesyon. Kung ang mga lamesa ay naka-ayos na, ipatanggal muna ito sa mga mag-aaral.

- Ang mga Tagapagsanay ay maging modelo sa mga mag-aaral sa pagpapakilala.
- Ang Tagapagsanay at mga baguhan (sa Apendiks C ay inilalarawan ang gawain ng baguhan) ay magpakilala sa bawat isa. Sila ay magbabahagi ng impormasyon sa kanilang pamilya, pangkat etniko (kung maaari) at mga biyaya na kanilang naranasan sa buong buwan.

Pagpapakilala sa mga Mag-aaral

- Hatiin ang mag-aaral sa pares.

  Sabihin sa kanila na "ipakilala nyo ang inyong mga sarili gaya ng pagpapakilala naming dalawa ng baguhan sa iat-isa."

- Kailangan nilang malaman ang pangalan. Sila ay magbabahagi ng impormasyon sa kanilang pamilya, pangkat etniko (kung maaari) at mga biyaya na kanilang

naranasan sa nakaraang buwan. Makakatulong na isulat ang mga impormasyon upang hindi nila ito makalimutan.
- Matapos ang limang minuto, sabihin sa mga pares na ipakilala nila ang kanilang sarili hanggang limang katao pareho ng pagpapakilala mo sa iyong kapares.

Pagpapakilala kay Hesus

"Ipinakilala na naming ang aming sarili sa iyo, at ipinakilala mo ang iyong sarili sa kanila. At ngayon nais naming na ipakilala ka kay Hesus. Maraming paglalarawan kay Hesus sa Bibliya, pero tayo ay magpopokus sa walo lamang."

WALONG LARAWAN NI HESUS SA BIBLIYA

- Gumuhit ng bilog sa isang putting pisara at ilista ang walong larawan ni Hesus. Ipaulit ito sa mga mag-aaral ng ilang beses–hanggang masaulo na nila ito.

  "Si Hesus ay Sundalo, Tagahanap, Pastol, Magsasaka, Anak, Ang Banal, Lingkod at Tangapangasiwa."

  ✋ Sundalo
    Itaas ang Espada

  ✋ Tagahanap
    Tumingin sa likod at harap na nakatingin sa kamay na nakataaas.

  ✋ Pastol
    Igalaw ang iyong braso papunta sa iyong katawan na parang natitipon ng mga tao.

  ✋ Magsasaka
    Ihagisang mga binhi.

  ✋ Anak
    Ilagay ang kamay sa bibig na parang kumakain.

  ✋ Banal
    Ipwesto ang kamay "kamay na nagdadasal."

"Si hesus ang tinaguriang nag-iisang Banal at tayo ay tinatawag na Santo".

✋ Lingkod
　　Maghawak ng martilyo

✋ Tagapangasiwa
　　Kumuha ng pera sa bulsa o pitaka.

"Ang larawan ay katumbas ng libong salita, at ang mga larawang pang bibliya ay magbibigay sa inyo ng iba pang pakahulugan sa paglakad kasama si Hesus. Ang larawan ay magbibigay sa ating ng malinaw na paningin at pagintindi kung ano at paano kumikilos si Hesus.

"Ang ama ay nagbabasa ng dyaryo at ang kanyang anak ay ginugulo sya, gusting makipaglaro sa kanya. Ang tatay ay kinuha ang isang pirasong parte ng dyaryo na may larawan at pinunit ito at pinabuo ito sa kanyang anak at pag ito ay nabuo nya ay makikipaglaro ang kanyang ama rito".

"Akala ng tatay niya ay matatagalan ito sa pagbuo at matatapos na ang dyaryo ngunit sa loob lang ng sampung minute ay natapos na ito ng kanyang anak at dala an gang nabuong larawan. Nang tinanong ko sya bakit ang bilis nya ito natapos at Sinai ng anak na " madali lang, may larawan sa likod at ito ay sinundan ko, at mga letra nito sa likod ay sinundan ko".

"Ang walong larawan ni Hesus ay magbibigay sa iyo ng malinaw na pagintindi sa paglakad kasama si Hesus".

"Ang pagsunod sa isang tao ay pagtulad sa kanyang mga ginagawa. Ang baguhan ay ginagaya lahat ng ginagawa ng kanyang tagapag-turo. Ang mga studyante ay ginagaya ang kanilang guro. Tayong lahat ay may ginagaya. Kung sino an gating ginagaya ay magiging tulad natin. Sa ating pagsasanay, tayo ay may mga katanungan, at maghahanap ng kasagutan sa bibliya, alamin paano lumalakad si Hesus at paano sya susundin."

Ano Ang Tatlong Paraan Upang Ay Matututo Ng Mabuti?

"May tatlong paraan upang matuto ang isang tao. Ang bawat isa ay ginagamit itong tatlo pero may iisang paraan na talagang tayo ay matututo. Tayo ay gagamit ng tatlong paraan upang matuto sa bawat leksiyon. Kaya naman bawat isa sa inyo ay makukuha ang bawat leksiyon sa ibat-ibang pamamaraan."

"Ang ibang tao ay mas madaling natututo sa pamamagitan ng pakikinig. Sa ganitong kadahilanan lagi naming babasahin ng malakas ang ebanghelyo ng Panginoon at magtatanong ng may malakas na boses ".

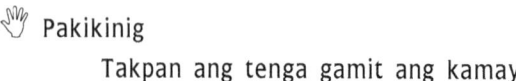
Pakikinig
Takpan ang tenga gamit ang kamay

"Ang ibang tao ay mas madaling natututo sa pamamagitan ng pagtingin. Sa ganitong kadahilanan, kami ay gagamit ng mga larawan at mga drama sa paglalarawan ng mga mahahalagang katotohanan."

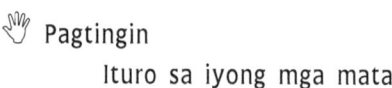
Pagtingin
Ituro sa iyong mga mata

"Ang ibang tao ay madaling natututo sa pamamagitan ng paggawa. Sa ganitong kadahilanan, tayo ay magkakaroon ng mga aktibidad na kayo ay gagalaw upang makatulong sa inyo ano nga ba ang aming sinasabi at sanayin ito".

✋ **Paggawa**
lumigid na galaw ang iyong mga kamay.

"Pakikinig, Pagtingin at Paggawa ay ang tatlong pangunahing guro na mayroon tayo. Ang bibliya din ay nagsasabi ay ang Banal na Espiritu ay ating mga guro din. Sa buong pag-aaral, magtiwala lamang sa Banal na Espiritu dahil ito ang pinakamahusay nagtuturo sa atin."

PAGTATAPOS

Ang Kapihan ay bukas na! ☙

"Anong lugar na ikaw ay mas masisiyahan: ang silid aralan o isang Karihan (lugar kapehan) kasama ang mga kaibigan?"

"Marami tayong natutunan sa silid aralan. At marapat lamang na respetuhin natin ang ating mga guro. Sa kabilang banda, kalimitan sa ating mga natututunan sa ating kaibigan, pamilya, kabaranggay ay sa karihan. Ito ay may katotohanan ng si Hesus ay bumaba sa lupa."

–Lucas 7:31-35–Sapagkat narito si Juan Bautista na nag-aayuno at hindi umiinom ng alak, at sinasabi ninyo, 'Inaalihan sya ng Demonyo'. Naparito naman ang anak ng tao, at kumakain at umiinom tulad ng iba, at sinasabi ninyo, 'Masdan ninyo ang taong ito! Matakaw at Maglalasing, kaibigan

> *ng publikano at ng mga makasalanan! Gayunmpaman, ang katarungan ng Diyos ay napapatunayang matuwid sa pamamagitan ng kanyang mga anak".*

"Tayo ay mas komportable sa Karihan. Kung si Hesus ay muling bababa sa lupa, sya ay gugugol ng oras sa isang karihan o lugar kapehan. Sinunod nya ang ganitong pamamaraan sa unang pagkakataon ng bumaba sya sa lupa. Sa ganitong kadahilanan, pinalitan naming ang kwartong ito mula sa isang lugar ng pagsasanay sa isang karihan".

- Sa puntong ito, pagsilbihan ang mga mag-aaral at bigyan ng tsaa, kape at pagkain.

Ang dahilan ng "ang Karihan ay buka na" upang maglikha ng komportableng kapaligiran at hindi pormal. Sa madaling sabi, isang pangyarihan na tulad ng pagsasanay ni Hesus sa kanyang mga desipulo.

2

Dumami

Ang Pagdami ay pinapakilala si Hesus bilang isang Tagapangasiwa: tagapangasiwa na gustong makaranas ng magandang balik sa oras at kayamanan, at hangarin ng mabuhay ng may integridad. Ang mga mag-aaral ay nagkakaroon ng pananaw na mabisa sa pagsisiyasat ng : 1) Unang utos ng Panginoon sa tao, 2) Huling utos ng Panginoon sa tao, 3) ang 222 Alintuntunin, at 4) Ang mga kaibahan ng karagatan ng Galileo at ng dead Sea.

Ang leksiyon ay matatapos sa paggawa maikling presentasyon na nagpapakita ng kaibahan ng "bunga" o prutas sa pagitan ng pagsasanay sa iba at pagtuturo sa kanila. Ang mga mag-aaral ay sinusubok na magturo sa iba paano magsamba, manalangin, pag-aralan ang salita ng Diyos, at manguna sa iba. Sa pagggugol ng oras, kayamanan, at integridad ang mibibigay ng mga mag-aaral kay Hesus na magandang regalo sa araw ng pagkikita nila sa Kalangitan.

Magpuri

- Magsabi sa isang tao na magdasal para sa presensya ng Panginoon at biyaya.
- Umawit kayo ng dalawang kanta o korus.

Panalangin

- Ayusin ang mga mag-aaral sa pares at dapat sila ay hindi magkakakilala.
- Bawat mag-aaral ay magbabahagi sa kanilang kapareha na sagutin ang katanungan:

    Paano kita mapapanalangin?

- Ang magkapares ay manalangin ng sabay.

Pag-Aralan

Aralin

Bawat pagsususri ng mga sesyon ay magkarapeho lamang. Magsabi sa mga mag-aaral na tumayo at magsalaysay ng kanilang mga pinag-aralan at natutunan. At gawin ang paggalaw ng kamay.

> **Ano ang mga walong larawan na makakatulong sa atin na sundin si Hesus?**
> *Sundalo, Tagahanap, Pastol, Tagahasik, Anak, Santo, lingkod, Taga-pangasiwa*

Ang ating buhay Espiritwal ay gaya ng Lobo ✿

- Kumuha ng lobo, ipakita sa guro at ipaliwanag.

    "Ang ating buhay Espiritwal ay gaya ng Lobo"

- Habang hinihipan ang lobo, ipaliwanag na tayo ay nakatanggap na ng biyaya mula sa Panginoon. Haayaang lumabas ang hangin at magsabing,

    "Ang Panginoon ay nagbibigay sa atin, kayanaman tayo ay magbibigay sa iba. Tayo ay biniyayaan upang maging biyaya sa iba"

- Ulitin ang ganitong proseso ng ilang beses na nagpapakita ng " loob at labas" ng likas na Espiritwal na Buhay.

    "Karamihan sa atin ay hindi namamahagi ng ating natatanggap, at ito ay sinasarili lamang. Siguro iniisip natin na pag tayo ay namahagi ang Panginoon ay hindi ito masusuklian. Siguro ay iniisip natin na mahirap ang magbigay."

- Panatilihing hipan ang lobo, peor ilabas paunti-unti ang hangin dahil "ika'y nakakaramdam ng sala". Ang Panginoon ay nagbibigay sa iyo nang sobra, at ikaw ay hindi namamahagi sa iba. At sa katapusan, hipan ang lobo hanggang sa ito ay pumutok.

    "Ang ating buhay pang Espiritwal ay gaya ng paglalarawang ito. Kapag may isang tao na nagtuturo ng leksiyon, marapat lamang na ito ay ituro sa iba. Pag tayo ay nakatanggap ng biyaya, tayo rin ay magpala sa iba. Kapag hindi natin ito ginawa, ito ang dahilan ng malaking problema sa ating espiritwal na buhay! Ang hindi pamamahagi sa ating mga natanggap ay nagreresulta ng espiritwal na pagkatalo."

Ano ang Tulad ni Hesus?

—Mateo 6: 20-21—Sa halip, impuki ninyo ng mga kayamanan sa langit; doo'y walang naninirang tanga at kalawang, at walang nakakapasok na magnanakaw. Sapagkat kung saan naroon ang inyong kayamanan, naroon din naman ang inyong puso.

"Si Hesus ay Tagapangasiwa. Siya ay kumakausap patungkol sa pera, pag-aari, at ating mga inuuna kesa sa ibang bagay. Bilang isang tagapangasiwa, si Hesus ay namuhunan sa atin at umaasa sa magandang balik".

Tagapangasiwa
magpanggap na kumukaha ng pera saiyong bulsa o pitaka

Ano ang Tatlong bagay na Ginagawa ng Tagapangasiwa?

—Mateo 25:14-28—Ang paghahari ng Diyos ay maitutulad dito:may isang taong maglalakbay kaya tinawag niya ang kanyang alipin at ipinagkatiwala sa kanila ang kanyang ari-arian. Binigyan nya ng salapi ang bawat isa ayon sa kanya-kanyang kakayahan: binigyan nya ang isa ng ₱5000, ang isa nama'y ₱2000, at ang isa pa'y ₱1000. Pagkatapos, siya'y umalis. Humayo agad ang tumanggap ng ₱5000 at ipinangalakal iyon. At nagtubo sya ng ₱5000. Gayon din naman, ang ttumangap ng ₱2000, ay nagtubo din ng ₱2000. Ngunit ang tumanggap ng ₱1000 ay humukay sa lupa at itinago ang salapi ng kanyang Panginoon. Pagkaraan ng mahabang panahon, bumalik ang Panginoon ng mga aliping iyon at pinagsulit sila. Lumapit ang tumanggap ng ₱5000,

wika nya, 'Panginoon, heto po ang ₱5000 na bigay ninyo sa akin. Heto pa ang ₱5000 na tinubo ko. Sinabi sa kanya ng Panginoon, 'Magaling! Tapat at mabuting alipin! Yamang nagging tapat ka sa kaunting halaga, pamamahalain kita sa malaking halaga. Makihati ka sa aking kagalakan! Lumapit din ang tumanggap ng ₱2000, at ang sabi, 'Panginoon, eto po ang ibinigay ninyong ₱2000, heto naaman po ang ₱2000 tinubo ko. Sinabi ng kanyang Panginoon, Magaling!. Tapat at mabuting alipin. Nagging tapat ka sa kaunting halaga. Makihati ka sa aking kagalakan! At lumapit naman ang tumaggap ng ₱1000. ' alam ko pong kayo'y mahigpit,' aniya. Gumagapas kayo sa sa hindi nyo tinamnan, at nag-aani sa hindi ninyo hinasikan. Natakot po ako, at ibinaon sa lupa ang inyong salapi. Heto po ang ₱1000 ninyo.' Masama at tamad na alipin! Tugon ng kanyang Panginoon. 'alam mo palang gumagapas ako sa hindi ko tinamnan at nag-aani sa hindi ko hinasikan! Bakit hindi mo iyoan inilagak sa bangko, di sana'y may may nakuha akong tubo ngayon? Kunin nyo sa kanya ang ₱1000 at bigay sa may ₱10,000. (HCSB)

1. Ang Tagapangasiwa ay pinalago sa kayamanan ng maigi.

   "Si Hesus ay nag kwento tungkol sa tatlong lingkod na inutusan na palaguin ang pera ng kanilang panginoon. Ang dalawa sa kanila ay pinalago ang pera".

2. Ang Tagapangasiwa ay ginugol ang kanyang oras ng maayos.

   "Si Hesus ay nais na ilagay muna ang lahat sa kanyang kaharian an gating adyenda".

3. Ang Tagapangasiwa ay nabubuhay ng may Integridad.

   "Kapg nakikita ni Hesus ang ating integridad at tapat sa maliit na bagay, tayo ay pagkakatiwalaan nya."

"Si Hesus ay isang Tagapangasiwa, Siya nananahan sa ating buhay. Pag sinunod natin sya, tayo ay matatawag na Tagapangasiwa, gaya nya. Tayo ay magpapalago ng kayamanan at oras ng maayos at mabubuhay ng may integridad.

Ano ang Unang Utos ng Panginoon sa Tao?

—Genesis 1:28—At sila ay pinagpala. Wika niya, magpakarami kayo at punuin ng inyong mga supling ang buong daigdig, at pamahalaan ito. Binigyan ko kayo ng kapangyarihan sa mga isda, sa mga ibon, at sa lahat ng maiilap na hayop, maging maliit o malaki. (NASB)

"Sinabi ng Panginoon sa tao na magprami, at magkaroon ng mga anak".

Ano ang Huling Utos ng Panginoon sa Tao?

—Marcos 16:15—At sinabi ni Hesus sa kanila, "Humayo kayo sa buong sanlibutan at ipangaral ninyo ang lahat ng Mabuting Balita.

"Sinabi ni Hesus na magpakarami at at magkaroon ng anak pang-espiritwal".

Paano ako Magiging Kapaki-pakinabang at Magpapakarami?

−2 Timoteo 2:2−Ang mga narinig mo sa akin sa harapan ng maraming saksi ay ituro mo sa mga taong mapagkakatiwalaang magturo naman sa iba".

"Pag tayo ay nagsanay sa iba, ng tayo ay sinanay, at si Hesus ay pinapahaba ang ating buhay. Tinatawag natin itong '222 na Alintuntunin'. Ibinunyag ni Hesus ang kanyang sarili kay Pablo. Sinnay ni Pablo si Timoteo. Si timoteo ay sinanay ang ang kapaki-pakinabang na tao upang magsanay din sa iba. At sa buong kasaysayan ay ito ay nagpatuloy……..nang dumating ang araw ng may isang tao ang nagbahagi sa iyo ng patungkol kay Hesus".

Karagatan ng Galileo/Dead Sea ❦

- Gumuhit ng larawan sa sunod na pahina, hakbang-hakbang, tulad ng ikaw ay nagtuturo ng larawan. Ang larawan ay ang buong guhit.

  "Mayroong dalawang karagatan na makikita sa Israel. Alam mo ba ang kanilang pangalan?"

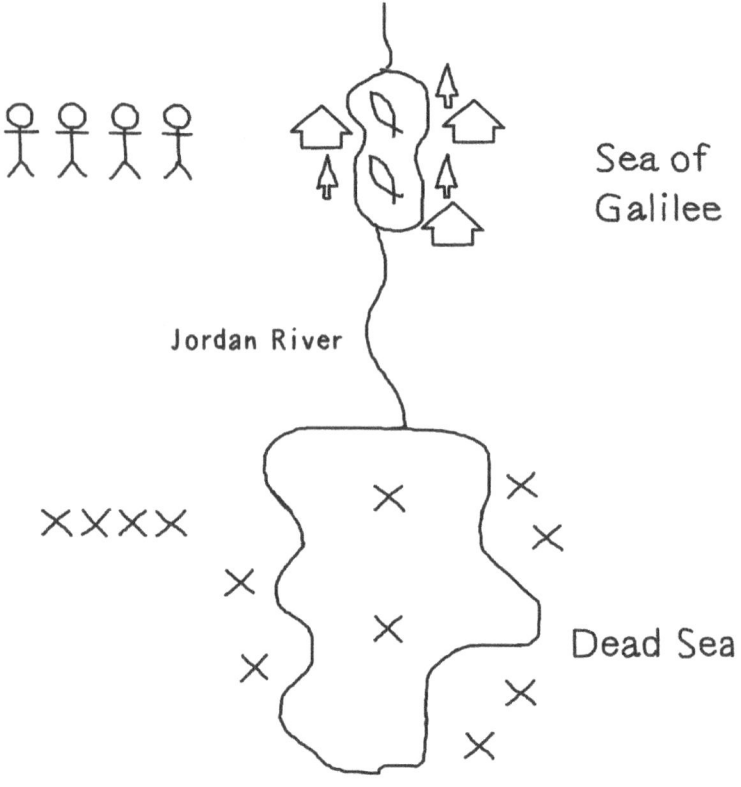

ANG KARAGATAN NG GALILEO AT ANG DEAD SEA

- Gumuhit ng dalawang bilog, mas maliit ang nasa itaas. Ikabit ito gamit ang linya. Gumuhit ng linya sa itaas na bahagi ng maliit na bilog. Lagyan ng pangalan ng dalawang dagat.

"Ang ilog na nagdudugtong sa karagatan ng Galileo at Dead Sea. Alam mo ba ang pangalan nito?"

ILOG JORDAN

- Pangalanan ang Ilog.

  "Ang karagatan ng Galileo at ang Dead Sea ay may making pagkakaiba, ang Dagat Galileo ay maraming isda".

- Gumuhit ng isda sa larawan ng Dagat n Galileo.

  "Ang Dead Sea ay walang isda"

- Gumuhit ng Xs sa Dead sea.

  "Ang dagat Galileo ay maraming puno na tumutubo malapit dito".

- Gumuhit ng mga puno sa Dagat Galileo.

  "Walang puno ang tumutubo malapit sa Dead sea".

- Gumuhit ng Xs sa paligid ng Dead sea.

  "May apat na kilalang tao ang tumira sa paligid ng dagat Galileo. Alam mo ba ang kanilang pangalan?

PEDRO, SANTIAGO, JUAN AT ANDREW

- Gumuhit ng apat na patpat sa paligid ng Dagat Galileo.

  "Sa tingin mo ang Dead Sea ay patay at ang Dagat ng Galileo ay buhay?"

Dahil ang Dagat ng Galileo ay may labasan at pasukan ng tubig, at sa Dead sea naman ay may tubig lamang na dumadaloy dito.

"Eto ang larawan ng ating espiritwal na buhay. Pag tayo ay nakatanggap ng biyaya, marapat lamang na tayo ay mamahagi din ng biyaya. Pag tayo ay naka tanggap ng pagtuturo, marapat lamang din na tayo ay magturo. At tayo ay mahahalintuad sa dagat ng Galileo. Kung tinatago natin ang ating sarili, tayo ay tulad lamang ng Dead sea".

"Anong karagatan ang madaling gayahin–ang Dead sea o Dagat Galileo? Karamihan sa tao ay tulad ng Dead sea dahil mas nais nilang makakuha lamang kesa ang mamahagi. Ngunit, ang mga taong sumusunod kay Hesus ay tulad ng Dagat ng Galileo. Si Hesus ay namamahagi sa mga binigay sa kanya ng kanyang Ama. Pag tayo ay sinanay upang magsanay ng iba, sinusunod natin si Hesus".

"Anong karagatan ang gusto mo maging katulad? Gusto ko maging dagat ng Galileo."

Pagsaulo ng Bersikulo

–Juan 15:8–Napararangalan ang Ama kung kayo'y namumunga ng sagana at sa gayo'y napatutunayang mga alagad ko kayo.

- Bawat isa ay tumatayo at sabay-sabay nagbabanggit ng sasauluhing bersikulo ng sampung beses. Sa unang anim ng beses, ang mag-aaral ay gumagamit ng kanilang bibliya, o kanilang mga tala. Ang huling apat na beses, binabanggit ang bersikulo gamit ng kanilang memorya. Ang mga mag-

aaral ay nararapat lamang sabihin kung saan ang pinagmulan ng bersikulo mula sa simula at paupo pag ito ay matapos.
- Ang pagsunod sa ganitong gawain ay makakatulong sa mga tagapag-sanay na malaman anong grupo ang tapos na sa leksisyon sa pagsasanay.

Pagsasanay

- Sabihin sa mga mag-aaral na umupo sa harapan ng kanilang mga kapares sa seyong ito. Ang bawat kapares ay bibigyan ng pagkakataon na magturo ng leksiyon.

"Ang pinaka batang mag-aaral sa pares ang magiging lider"

- Ang simpleng ibig sabihin nito ay sila ang mauunang magsasanay.
- Sundin ang Proseso ng Pagsasanay ng mga Tagapag-sanay sa pahina 21.
- Bigyan-diin na gusto mo silang turuan ng lahat ng seksyon ng pag-aaral eksakto sa mga ginawa mo.

"Magtanong, basahin ang ebanghelyo ng sabay-sabay, at sagutan ang mga katanungan katulad ng ginawa ko sa inyo" Iguhit ang karagatan ng Galileo/ dead sea na larawan at ulitin ang pagsaulo ng bersikulo na tulad ng ginawa ko sa inyo.

Bawat isa sa inyo ay kumuha ng piraso ng papel sa oras ng kayo ay gumuguhit ng karagatan ng Galileo/Dead sea na larawan.

- Matapos turuan ang bawat isa ng leksiyon, hilingin sa bawat mag-aaral na maghanap ng bagong kapareha at magsalitan sa pagtuturo sa bawat isa. Pag natapos na, mag-isip ng tao na pwede nilang bahagian ng kanilang mga natutunan pagkatapos ng pagsasanay. Ipalagay ang pangalan nito sa harapan ng papel ng kanilang leksiyon.

Pagtatapos

Ang regalo para kay Hesus ⌘

- Humiling ng magboboluntaryo upang tumulong sa paggawa ng maikling palabas.
- Ilagay ito sa isang bahagi ng kwarto sa ikaw naman ang sa kabilang bahagi.
- Gusto ko ang lahat ay ipalagay na (ang nagboluntaryo at ako) ay may parehong hustong alam pang espiritwal. Pareho tayo.

> ✋ Magpuri
> Itaas ang kamay at magpuri sa Panginoon

> ✋ Manalangin
> Gawin ang aoys kamay ng pagpapanalangin.

> ✋ Pag-aralan ang Bibliya
> Itaas ang mga palad na parang nagbabasa ng libro.

> ✋ Ibahagi ang tungkol kay Hesus
> Ilabas ang kamay na parang nagkakalat ng mga butil.

- Bigyan-diin na kayo ay pareho lamang sa pang espiritwal, maliban sa isang pagkakaiba.
- Ang bukod tanging pagkakaiba sa pagitan nating dalawa sya ay nagsasanay ng mga tao ng nakakakilala kay Hesus at sila rin ay nagsasanay ng iba. Tanging tinuturuan ko lamang ay ang patungkol kay Hesus. Hindi ko sila sinasanay upang magsanay ng iba".

"Ngayon ay nais ko ipakita ang kaibahan ng ginagawa ng pagsasanay".

- Ipaliwanag na sa buong taon ay bawat isa sa inyo at ang nagboluntaryo ay narrating na si Hesus.
- Kayong dalawa ng boluntaryo ay pumunta sa nanonood, at kumuh ng isang tao, bumalik kayo sa inyong estasyon at tumayo kasama kayo.

"Makikita mo makalipas ng isang taon, na walang pagbabago. Ako ay may isang tao dito, at mayroon syang tao doon".

- Gayunpaman, tanging ang nagboluntaryo lamang ang magsasanay papunta kay Hesus. Gawin ang galaw ng kamay; sa oras na ito pareho silang gawin ang galaw ng kamay. Gawin mo sa iyong sarili ang galaw ng kamay.

"Tingnan natin anong mangyayari sa loob ng dalawang taon. Pareho kaming nakakilala kay Hesus. Ang tanging pagkakaiba lamang sinasanay nya ang kanyang mag-aaral gawin gawin din ang ginagawa nya. Kaya naman sa taong ito kukuha ako ng isang tao at ipapakuha ko sya ng iba pang tao sa ibang grupo".

- Kayong dalawa at ang nagboluntaryo ay kumuha sa mga nanonood ng tig isang tao upang maging susunod na disipulo. At ang disipulo ng nagsasanay ay magsasanay din ng disipulo.

    "Makikita mo na sa loob ng dalawang taon ay may kaunting pagkakaiba, ako ay may dalawa, at mayroon syang tatlo".

- Muli, ang nagboluntaryo at ang tatlong tao ay magsasanay ng galaw ng kamay, ngunit ikaw lamang sa iyong grupo ang gagawa ng paggalaw ng kamay.
- Ulitin ang ganitong proseso ng ilang taong hanggang makapili na samga sinasanay. Sa bawat oras na ginagawa mo ang kilos na iyon at ssabihin sa iyong mga kasapi na kinakailangan nila manalangin, magpuri, mag-aral ng salita ng Diyos, at ibahagi ang Magandang balita pero huwag silang sanayin na gawin ang mga ito.
- Sa kabilang banda, ikaw ay kukulangin sa tao. Sa kasong ito, sabihin sa iyong mga kasapi na kung hindi sila makakakuha ng disipulo, itaas ang kamay upang Makita na ang katumbas nila ay dalawang tao.
- Sa ikalimang taon, ang mga mag-aaral ay mamamangha sa dami ng tao na nasanay ng nagboluntaryo kumpara sa iyong mga tinuruan. Bigyan-diin paulit-ulit na mahal mo ang iyong mga disipulo at at gusto mo silang lumakas, kaya tinuturuan mo sila ng maraming bagay, ngunit hindi mo sila sinasanay upang magsanay ng iba.

"Pag ikaw ay nakapuna na sa kalangitaan, anong klaseng supresa ang kaya mong ibigay kay Hesus dahil sa pagpako nya sa krus?–tulad ng maraming taong na mayroon ako, o maraming tao na gaya nya?"

- Ituro sa boluntaryo ang ibang bahagi ng silid.

"Ang Panginoon ay inutusan tayo maging kapaki-pakinang at pagparami. Gusto ko maging tulad ni Hesus, magsanay sa iba upang makapag-sanay sa iba. Gusto ko bigyan si Hesus ng handog ng maraming tao na aking sinanay at nakapag-sanay ng iba. Gusto kong maging tagapangasiwa ng aking kayamanan at oras, at gusto ko mabuhay ng may integridad".

- Hilingin sa iyong grupo na pumunta sa ibang grupo at magsanay sa bawat isa upang ang bawat isa ay nagwagi na.
- Hilingin sa boluntaryo ng maikling palabas na "Ang surpresa para kay Hesus" upang magtapos ng sesyon sa pamamagitan ng panalangin.

3

Pag-ibig

Ang *Pag-ibig* ay nagpapakilala kay Hesus bilang isang Pastol: Ang mga Pastol ay nangunguna, nangangalaga, at nagpapakain ng kanilang mga tupa."Pinapakain" namin ang mga tao kapag tinuturuan namin ang mga ito mula sa Salita ng Diyos, ngunit kung ano ba ang dapat na unang bagay na ituro namin sa mga tao tungkol sa Diyos? Ang mga Nagaaral ay nagsasaliksik ng mga pinakamahalagang utos, kinikilala ang pinagmulan ng pag-ibig, at tinutuklas kung paano sumamba batay sa pinaka-mahalagang utos.

Ang mga nagaaral ay nagsasanay mamuno ng isang simpleng alagad na grupo sa apat na pangunahing elemento: papuri (mapagmahal sa Diyos na may buong puso), panalangin (mapagmahal ng Diyos sa lahat ng kaluluwa), pag-aaral ng Biblia (mapagmahal sa Diyos ang lahat ng isip), at pagsasanay ng kasanayan (kaya maaari nating mahalin ang Diyos sa lahat ng ating lakas). Ang isang maikling palabas na pangwakas, "Tupa at mga Tigre," ay nagpapakita ng pangangailangan para sa maraming mga grupo ng alagad sa mga mananampalataya.

Papuri

- Magtanong ng isang tao upang manalangin para sa presensiya ng Diyos at grasya.
- Kantahin ang dalawang mga koro o himno na magkasama.

Panalangin

- Ayusin ang mga nagaaral sa mga magkapares na may isang tao na hindi sila naging kapares dati.
- Ang bawat mag-aaral ay namamahagi sa kanilang mga kapars ng kasagutan sa mga sumusunod na katanungan:

  1. Paano ba manalangin para sa mga nawalang tao na alam mo ay mailigtas?
  2. Paano ba tayo manalangin para sa pangkat na ikaw ay nagsasanay?

- Kung ang isang kapares ay hindi pa nakapagsimula na magsanay sinuman, manalangin para sa mga potensyal na mga tao sa kanilang baluwarte na maaari silang magsimulang magsanay.
- Ang mga magkapares ay manalangin na magkakasama.

Pag-Aralan

Magbasa

Ang bawat sesyon ng pagsusuri ay pareho. Magtanong ng mga magaaral upang tumayo at bigkasin ang mga nakaraang aralin na natutunan. Siguraduhin na gagawin nila ang galaw ng kamay din.

Ano ba ng walong Larawan na Tulong sa Atin sa Pagsunod kay Hesus?

Sundalo, Tagahanap, Pastol, Nagpupunla, Anak, Santo, Tagalingkod, Tagapaglingkod

Dumami

Ano ang tatlong bagay na ginagawa ng tagapangasiwa?
Ano ang unang utos ng Diyos sa tao?
Ano ang huling utos ni Hesus sa tao?
Paano ba ako maging kapaki-pakinabang at magparami?
Ano ang mga pangalan ng dalawang dagat na matatagpuan sa Israel?
Bakit ang mga ito ay magkakaiba?
Alin ang gusto mo na maging katulad?

Anu ang Tulad ni Hesus?

—Marcos 6:34—At lumabas siya at nakita ang lubhang maraming tao, at nahabag siya sa kanila, sapagka't sila'y gaya ng mga tupa na walang pastor: at siya'y nagpasimulang tinuruan sila ng maraming bagay. (NASB)

"Si Hesus ay ang magandang Pastol. Mahal niya ang dakilang tao, nakita ang kanilang mga problema, at nagsimulang magturo sa mga ito ang mga paraan ng Diyos. Nakatira siya sa atin at may parehong ginagawa sa pamamagitan ng aming mga buhay."

 Pastol

    Ilipat ang mga kamay patungo sa iyong katawan kunwaring ikaw ay nagtitipon ng mga tao.

Ano ang Tatlong Bagay Na Ginagawa ng Isang Pastol?

—Mga Awit 23:1-6—Ang Panginoon ay aking pastor; hindi ako mangangailangan. Kaniyang pinahihiga ako sa sariwang pastulan: pinapatnubayan niya ako sa siping ng mga tubig na pahingahan, Kaniyang pinapananauli ang aking kaluluwa: pinapatnubayan niya ako sa mga landas ng katuwiran alangalang sa kaniyang pangalan. Oo, bagaman ako'y lumalakad sa libis ng lihim ng kamatayan, wala akong katakutang kasamaan; sapagka't ikaw ay sumasa akin: ang iyong pamalo at ang iyong tungkod, ay nagsisialiw sa akin. Iyong pinaghahandaan ako ng dulang sa harap ko sa harapan ng aking mga kaaway: iyonh pinahiran ang aking ulo ng langis; ang aking saro ay inaaawan. Tunay na ang kabutihan at kaawaan ay susunod sa akin sa lahat ng mga kaarawan ng aking buhay: at ako'y tatahan sa bahay ng PANGINOON Magpakailanman.(NASB)

1. Ang mga pastol ang namumuno sa kanilang tupa sa tamang landas.
2. Ang mga pastol ay pinoprotektahan ang kanilang mga tupa.
3. Ang mga pastol ay pinapakain ang kanilang mga tupa.

"Si Hesus ay isang pastol ng mga tupa, at ng sinunod natin Siya, tayo din ay magiging pastol. Tayo ang mamumuno sa mga tao kay Hesus, magprotekta ng mga tao mula sa kasamaan, at pakainin ang mga ito mula sa Salita ng Diyos."

Ano ang Pinakamahalagang Utos upang Magturo ng Iba?

—Marcos 12:28-31—*"At lumapit ang isa sa mga eskriba, at nakarinig ng kanilang pagtatalo, at palibhasa'y nalalamang mabuti ang pagkasagot niya sa kanila, ay tinanong siya, Ano baga ang pangulong utos sa lahat? sumagot si Hesus, Ang pangulo ay, Pakinggan mo, Oh Israel; Ang Panginoon nating Diyos, ang Panginoon ay iisa: At iibigin mo ang Panginoon mong Diyos ng buong puso mo, at ng buong kaluluwa mo, at ng buong pagiisip mo, at ng buong lakas mo. Ang pangalawa ay ito, iibigin mo ang iyong kapwa na gaya ng iyong sarili. Walang ibang utos na hihigit sa mga ito."*

✋ Ilagay ang mga kamay paitaas patungo sa Diyos.

✋ Ilagay ang palabas kamay patungo sa iba.

Saan ba ang Pag-ibig Nagmula?

—1 Juan 4:7, 8—*Minamahal na mga kaibigan, ipaalam sa pagmamahal sa atin sa isa't isa, dahil ang pag-ibig ay mula sa Diyos, at lahat ng mahal niya ay ipinanganak ng Diyos at alam ng Diyos. Ang isa na hindi nagmamahal ay hindi alam ng Diyos, dahil ang Diyos ay pag-ibig. (HCSB)*

ANG PAG-IBIG AY NAGMULA SA DIYOS

"Kaya ... natanggap natin ang pag-ibig mula sa Diyos, at ibinabalik natin ang pagmamahal sa kanya."

☝ Ilagay ang mga kamay paitaas bilang kunwaring tumatanggap ng pag-ibig at pagkatapos ay ibalik ang pag-ibig sa Diyos.

"Natanggap natin ang pag-ibig mula sa Diyos, at binibigay natin ito sa ibang tao."

☝ Ilagay ang mga kamay paitaas bilang kunwaring kayo ay tumatanggap ng pag-ibig, pagkatapos ibukas ang mga kamay palabas bilang kunwaring ikaw ay nagbibigay nito sa iba.

Ano ang Simpleng Pagsamba?

☝ Papuri

Iangat ang mga kamay sa papuri sa Diyos.

☝ Panalangin

Ilagay ang mga kamay sa klasikong "dasal kamay" na posisyon

☝ Pagaaral

Ilagay ang palad ng kamay paitaas bilang kung ikaw ay nagbabasa ng libro.

☝ Pagensayo

Ilipat kamay papunta at pabalik, tulad ng kung ikaw ay naghahagis ng mga butil.

Bakit ba Mayroon Simpleng Pagsamba?

—Marcos 12:30—At iibigin mo ang Panginoon mong Diyos ng buong puso mo, at ng buong kaluluwa mo, at ng buong pagiisip mo, at ng buong lakas mo.

Tayo…	Kaya Tayo…	Paggalaw sa Kamay
Mahalin ang Diyos ng buong Puso	Papuri	Ilagay ang kamay sa ibabaw ng puso at pagkatapos ay itataas ang mga kamay sa papuri sa Diyos.
Mahalin ang Diyon ng buong Kaluluwa	Panalangin	Iklats ang mga kamay sa gilid at pagkatapos ay ilagay ang kamay sa klasikong panalangin na posisyon.
Mahalin ang Diyos ng buong Isipan	Mag-aral	Ilagay ang kamay sa kanang bahagi ng ulo bilang kunwaring pag-iisip, at pagkatapos ay ilagay ang mga palad paitaas bilang kunwaring ikaw ay nagbabasa ng libro.
Mahalin ang Diyos ng buong Lakas	Ibahagi ang Ano namin Mayroon natutunan (Magsanay)	Ilagay ang braso at ibaluktot ang kalamnan, pagkatapos ay ilagay ang kamay sa labas sa pagkalat ng mga butil.

- Pagaralan ang Simpleng balangkas ng Pagsamba sa mga magaaral. Ang bawat bahagi ng Simpleng Pagsamba ay nagsasanay sa atin upang sundin ang pinakamahalagang utos ni Hesus, na matatagpuan sa Marcos 12:30.
- Ang aralin na ito ang nagpapaliwanag akung ano ang layunin ng Simpleng Pagsamba. Magsanay ng mga galaw ng kamay sa mga magaaral ng maraming beses.

"Mahal natin ang Diyos sa lahat ng ating mga puso, kaya Purihin natin Siya, mahal natin ang Diyos sa lahat ng ating mga kaluluwa, kaya manalangin tayo, mahal natin ang Diyos sa lahat ng ating mga isip, kaya tayo nag-aaral; mahal natin ang Diyos sa lahat ng ating mga lakas, kaya tayo ay nagsasanay."

Gaano Karaming Mga Tao Ba ang Kailangan para magkaroon ng Simpleng Pagsamba?

—Mateo 18:20–Sapagka't kung saan nagkakatipon ang dalawa o tatlo sa aking pangalan, ay naroon ako sa gitna nila..

"Si Hesus ay nangako na kung saan ay sama-sama ang mga dalawa o tatlong mga mananampalataya, siya ay nandoon sa kanila."

Memoryang Berso

—Juan 13:34, 35–Isang bagong utos ang sa inyo'y ibinibigay ko, na kayo'y mangagibigan sa isa't isa: na kung paanong iniibig ko kayo, ay mangagibigan naman kayo sa isa't isa. Sa ganito'y mangakikilala ng lahat ng mga tao na kayo ay aking mga alagad, kung kayo'y may pagibig sa isa't isa. (NLT)

- Ang bawat tao'y tumatayo at nagsasabi ng memoryang taludtod ng sampung beses na sama-sama. Ang unang anim na beses, ang mga magaaral ay ginagamit ang kanilang mga Biblia o mga kanilang tala. Ang huling apat na beses, sinasabi nila ang taludtod mula sa memorya. Ang mga magaaral ay dapat sabihin ang pinagmulan ng mga taludtod na ang bawat oras bago nila banggitin ang tula at umupo kapag natapos.
- Ito ay makakatulong sa mga tagapagsanay na nakakaalam kung sino na ang nakatapos ng mga aralin sa seksyon na "Pagensayo".

Pagsasanay

- Magtanong sa mga magaaral na umupo na nakaharap sa kanilang mga kapares sa panalangin para sa sesyon na ito. Ang mga kapares ay magibbigayan sa pagtuturo sa bawat isa ng mga aralin.

    "Ang pinakalumang tao sa magkapares ay ang pinuno."

- Sundin ang mga Pagsasanay ng Tagapagsanay na Proseso sa pahina 21.
- Bigyang-diin kung paano sila magtuturo sa lahat sa seksyon ng "Pag-aaral" ng eksaktong paraan mo.

    "Magtanong ng mga katanungan, basahin ang mga kasulatan ng sama-sama, at sagutin ang mga katanungan sa parehong paraan na ginawa ko sa iyo."

- Pagkatapos ng mga magaaral sa pagensayo sa pagsasanay sa bawat isa, hayaan ang mga ito na maghanap ng iba pang kapares at magsanay muli. Magtanong sa mga magaaral na mag-isip tungkol sa isang tao na sila magbabahagi ng aralin sa labas ng pagsasanay.

"Maglaan ng ilang sandali upang isipin ang tungkol sa isang tao na maaari mong ituro ang aralin na ito sa labas ng pagsasanay na ito. Isulat ang pangalan ng taong iyon sa tuktok ng unang pahina ng mga aralin na ito."

Pagtatapos

Simpleng Pagsamba

- Hatiin ang mga magaaral sa mga grupo ng apat. Bigyan ang bawat grupo ng apat, isang minuto upang makabuo ng isang pangalan para sa kanilang grupo.
- Umikot sa buong kuwarto at magtanong ng mga grupo upang sabihin ang pangalan na kanilang pinili.
- Suriin ang mga hakbang sa Simpleng Pagsamba sa mga magaaral, na nagsasabi sa kanila na sila ay pupunta sa pagsasanay ng Simpleng Pagsamba na magkakasama.
- Ang bawat tao sa Simpleng Pagsamba na grupo ay dapat humantong sa isang iba't ibang mga bahagi sa oras ng pagsamba. Halimbawa, ang isang tao ay humantong sa oras ng papuri, isa pang ang oras ng panalangin, isa pang pag-aaral ang oras, at isa pa ang oras ng pagsasanay.
- Sabihin ang mga grupo na mamuno sa oras ng pagsamba ng mahinahon sapagkat mayroong din iba pang mga pangkat na malapit. Paalalahanan ang mga magaaral na huwag ito "ipangaral" ngunit "sabihin" ang Bibliya na kuwento. Tanungin ang lider ng mag-aaral upang sabihin sa isang kuwento tungkol sa pag-ibig ng Diyos ang kanilang grupo. Magmungkahi ng mga kuwento ng alibughang anak na lalaki, kung ang mga magaaral ay hindi maaaring magpasya kung saan Bibliya na kuwento ang ibabahagi.
- Ang pinuno ng mag-aaral ay ang magtatanung ng tatlong mga katanungan sa pag-aaral:

1. Ano ang sinasaad ng kwento na ito tungkol sa Diyos?
2. Ano ang sinasaad ng kwentong ito tungkol sa mga tao?
3. Paano ang kwentong ito makakatulong sa akin na sundin si Hesus?

- Ang pagsasanay na lider ay ikukuwento muli ang Bibliya na istorya na nasabi na sa mga lider ng pag-aaral at humihingi ng parehong katanungan sa lider ng pagaaral na nagtanong, at ang grupo ay magkakaroon muli ng pagtatalakay sa bawat tanong.

Bakit ito Mahalaga para Magsimula ng isang grupo ng Alagad?

Tupa at Mga Tigre

- Ipaliwanag na ang kuwarto ay isang tupang sakahan. Magtanong ng isang magboluntaryo upang maging isang bantay (pastol ng mga tupa) para sa tupa. Tanungin ang tatlong mga boluntaryo na maging mga tigre. Ang iba ay isang tupa.

"Ang layunin ng laro ay para sa mga tigre upang saktan ang maraming tupa bilang hangga't kaya nila. Kung ang bantay ay hinawakan ang isang tigre, pagkatapos ang tigreng ang dapat yumukyok pababa at maging 'patay.' Kung ang isang tigre ang humawak sa isang tupa, dapat ang tupa ang dapat yumukyok pababa at maging 'saktan.' Ang bantay ay maaari din masaktan kung ang dalawang tigre ay nahawakan niya sa parehong oras. Kapag ang kalahok sa anuman ay 'nasaktan' o 'patay', siya ay ang maglalaro hanggang sa ang laro ay matapos."

- Tanungin ang grupo upang tanggalin ang mga libro, mga lapis, at iba pang potensyal na mapanganib na mga gamit mula sa sahig bago sila magsimula.

"Ang ilan sa inyo ay maaaring mapasigaw sa loob ng laro at ayos lang iyon"

- Magbilang sa tatlo at sabihin ang "Go!" Hayaan ang laro na magpatuloy hanggang ang lahat ng mga tigre ay patay o lahat ng mga tupa ay nasaktan. Karamihan, kung hindi lahat ng tupa ay masasaktan. Ang bantay ay maaaring masaktan na rin
- Sabihin sa grupo na kayo ay pupunta muli upang ilaro ang laro. Sa oras na ito, gayunpaman, pumili ng limang karagdagang mga bantay at panatilihin ang mga parehong tatlong tigre tulad ng dati. Ang iba ay tupa. Hikayatin ang tupa upang makipagsiksikan malapit sa isang bantay sa mga maliliit na grupo para sa proteksyon. Bilangin sa tatlong at sabihin ang "Go!"
- Hayaan ang laro ay magpatuloy hanggang ang lahat ng mga tigre ay patay na o lahat ng mga tupa ay nasaktan. Lahat ng ang tigre ay dapat mamatay sa ng mabilis. Ang ilang mga tupa ay maaaring masaktan.

"Ito ay isang larawan ng kung bakit kailangan natin ng maraming bagong mga grupo at simbahan. Ang unang laro ay tulad ng isang pastor na sinusubukang upang protektahan ang kanyang buong iglesia at nais nitong lumago ng mas malaki. Ito ay madali para sa Satanas na dumating at saktan ang marami sa mga miyembro. Sa ikalawang laro, ang ilang espirituwal na mga pinuno ay nagawang maprotektahan ang kanilang mga maliliit na grupo. Dahil dito, si Satanas at ang kanyang mga demonyo (mga tigre) ay hindi magagawang saktan ang tupa ng madali."

"Si Jesus ay ang Mabuting Pastol. Siya ang nagbigay ng Kanyang buhay para sa tupa. Tayo, bilang mga pastol sa espiritu, ay dapat na handa upang magbigay ng ating 'buhay'-ating oras, ating panalangin, ating pokus-sa ating mga tupa, ang mga naghahanap sa atin upang malaman ang tungkol kay Hesus. Maaari lamang tayo ay doon para sa maraming mga tao sa isang pagkakataon, tama diba? Si Hesus lamang ang nasa lahat ng dako. Ito ay isa pang dahilan na dapat natin ituro sa iba na magturo din ng iba, upang mas magkakaroon ng marami na magbubuhat ng bawat pasakit at upang matupad ang kautusan ni Kristo."

4

Pagdarasal

Ang Pagdarasal ay ipinapakilala sa mga magaaral kay Jesus bilang ang Kaisa isang Banal. Siya ay nanirahan sa isang banal na buhay at namatay para sa atin sa krus. Ang utos sa atin ng Diyos na maging mga banal bilang tagasunod ni Hesus. Ang isang santo ay nagpupuri sa Diyos, ay namumuhay ng isang banal na buhay, at nananalangin para sa iba. Ang pagsunod sa halimbawa ni Hesus sa panalangin, Pinupuri natin ang Diyos, nagsissi sa ating mga kasalanan, hinihiling sa Diyos ang mga bagay na kailangan natin, at nagbubunga sa kung ano ang hinihingi Niya sa atin upang gawin.

Sinasagot ng Diyos ang ating mga panalangin sa isa sa apat na paraan: Hindi (kung hinihiling natin sa mga maling motibo), mabagal (kung ang tiyempo ay hindi tama), lumaki (kung kailangan natin bumuo ng karagdagang kapanahunan bago Siya ay magbibigay ng sagot), o pumunta (kapag manalangin tayo ayon sa Kanyang Salita at kalooban). Ang mga mag aaral ay kinakabisado ang numero ng telepono ng Diyos, 3-3-3, batay sa Jeremiah 33:3 at hinihikayat na "tumawag" sa Diyos araw-araw.

Papuri

- Magtanong ng isang tao upang manalangin para sa presensiya ng Diyos at grasya.
- Kantahin ang dalawang mga koro o himno na magkasama.

Panalangin

- Ayusin ang mga magaaral sa mga pares na may isang tao na hindi nila naging kapares dati.
- Ang bawat mag-aaral ay namamahagi sa kanilang mga kapares ng kasagutan sa mga sumusunod na katanungan:

    1. Paano kami mananalangin para sa mga nawala na mga tao at alam mo na dapat maligtas?
    2. Paano kami mananalangin para sa grupo na ikaw ang nagsasanay?

- Kung ang isang kapares ay hindi makapagsimula pagsasanay sinuman, manalangin para sa mga potensyal na mga tao sa kanilang balwarte na maaari nilang simulan sa sanayin.
- Ang magkapares ay mananalangin na magkasama.

Magaral

Laro Sa Telepono ଊ

"Nalaro mo na ba ang laro ng telepono?"

- Ipaliwanag na sasabihin mo ang tao sa tabi mo ng ilang mga salita, at pagkatapos ay sila din ay magsasabi sa susunod

na tao. Ang bawat tao ay magbubulong sa kanilang mga kapitbahay kung ano ang kanilang narinig hanggang sa ito makarating sa paligid ng bilog.
- Ang huling tao ay ulitin muli ang parirala na kanilang narinig. Ikaw ay magsasabi ng parirala na sinabi mo sa una, at lahat ay maaaring ihambing ang kung gaano magkakatulad ang mga parirala. Pumili ng isang parirala na hindi gaano maganda at may ilang mga bahagi nito. Maglaro nito ng dalawang beses.

"Madalas tayo na nakakarinig ng mga maraming bagay tungkol sa Diyos, ngunit hindi natin laging pinaguusapan sa Kanya ng direkta. Sa ating laro, kung tanungin mo ako kung ano ang sinabi ko, hindi ito mahirap maunawaan. Kapag narinig mo ang pariralang ito pagkatapos na ito ay nawala sa pamamagitan ng ilang mga tao, bagaman, ito ay madaling gumawa ng mga pagkakamali. Ang panalangin ay napakahalaga sa ating mga espirituwal na buhay dahil ito ay pakikipag-usap ng diretso sa Diyos."

Magbasa

Ang bawat sesyon ng pagsusuri ay magkapareho. Magtanong sa mga magaaral upang tumayo at bigkasin ang mga nakaraang aralin natutunan. Siguraduhin na gawin din nila ang galaw ng kamay.

> **Ano ba ang walong Larawan na Tutulong sa Atin Upang Masundan si Hesus?**
> *Sundalo, Tagahanap, Pastol, Nagpupunla, Anak, Santo, Tagalingkod, Tagapaglingkod*

Dumami
> Ano ang tatlong bagay na ginagawa ng tagapangasiwa?
> Ano ang unang utos ng Diyos sa tao?
> Ano ang huling utos ni Hesus sa tao?
> Paano ba ako maging kapaki-pakinabang at magparami?
> Ano ang mga pangalan ng dalawang dagat na matatagpuan sa Israel?
> Bakit ang mga ito ay magkakaiba?
> Alin ang gusto mo na maging katulad?

Pagmamahal
> Ano ang tatlong bagay na ginagawa ng isang pastol?
> Ano ang pinakamahalagang utos na ituro sa iba?
> saan ba ang pag-ibig nagmula?
> Anong ang Simpleng Pagsamba?
> Bakit kailangan ng Simpleng Pagsamba?
> Gaano karaming mga tao ang aabutin para magkaroon ng Simpleng Pagsamba?

Anu Ang Itsura ni Hesus?

> *—Lucas 4:33-35—At sa sinagoga ay may isang lalake na may espiritu ng karumaldumal na demonyo; at siya'y sumigaw ng malakas na tinig, Ah! Anong mayroon kami sa iyo, Hesus, ikaw na Nazareno? Naparito ka baga upang kami'y iyong puksain?nakikilala ko ikaw kung sino ka, ang Banal ng Diyos. At sinaway siya ni Hesus, na sinasabi, Tumahimik ka, at lumabas ka sa kanya. At nang siya'y mailugmok ng demonyo sa gitna, ay lumabas siya sa kanya, na hindi sinaktan.*

"Si Jesus ay ang Banal na Isa ng Diyos. Siya ang ating sambahin. Siya din ang namagitan para sa atin bago ang trono ng Diyos. Siya ang tumaawag sa atin upang mamagitan sa ngalan ng iba at mabuhay ng isang banal na buhay na konektado sa Kanya. Si Hesus ang Iisang Banal. Tayo ay tinatawag na maging banal."

Banalsa

 Ilagay ang mga kamay sa klasikong "dasal kamay" na posisyon

Ano ang Tatlong Bagay na Ginagawa ng Isang Banal?

—Mateo 21:12-16—At pumasok si Hesus sa templo ng Diyos, at itinaboy niya ang lahat ng nangagbili at nangamimili sa templo, at ginulo niya ang mga dulang ng mga mamamalit ng salapi, at ang mga upuan ng mga nagbibili ng mga kalapiti; At sinabi niya sa kanila, Nasususulat, Ang aking bahay ay tatawaging bahay-panalanginan, datapwa't ginagawa ninyong yungib ng mga tulisan. At nagsilapit sa kanya sa templo ang mga bulag at mga pilay, at sila'y kanyang pinagaling. Datapwa't nang Makita ng mga pangulong saserdote at ng mga eskriba ang mga katakatakang bagay na kanyang ginawa, at ang mga batang nagsisigawan sa templo at nagsasabi, Hosana sa Anak ni David; ay nangagalit sila, At sinabi nila sa kanya, Naririnig mo baga ang sinabi ng mga ito? At sinabi sa kanila ni Hesus, Oo; kalian man baga'y hindi ninyo nabasa, Mula sa bibig ng mga sanggol at ng mga sumususo ay iyong nilulubos ang pagpupuri?

1. Ang mga Santo ay sumasamba sa Diyos.

    "Kami ay nagpupuri sa Diyos bilang mga bata na may ginawa sa templo."

2. Santo ay nabuhay ng isang banal na buhay.

   "Si Hesus ay hindi pumayag na ang bahay ng Kanyang Ama ay madumihan sa pamamagitan ng kasakiman."

3. Santo ay nanalangin para sa iba.

   "Sinabi ni Jesus sa bahay ng Diyos ay isang bahay ng panalangin."

"Si Hesus ay ang Iisang Banal at nakatira sa atin. Bilang pagsunod sa Kanya, Tayo ay lalaki din sa kabanalan bilang Kanyang mga banal. Tayo ay sasamba, mabuhay ng isang banal na buhay, at manalangin para sa iba pa tulad ng ginawa ni Hesus."

Paano Ba Dapat Tayo Manalangin?

—Lucas 10:21—Nang oras ding yaon siya'y nagalak sa Espiritu Santo at sinabi, "Ako'y nagpapasalamat sa iyo, Oh Ama, Panginoon ng langit at lupa, na iyong inilihim ang mga bagay na ito sa mga pantas at matatalino, at ipinahayag mo sa mga sanggol: gayon nga, Ama; sapagka't gayon ang nakalulugod sa iyong paningin. "(NASB)

PAPURI

"Si Hesus ay dumating sa Diyos sa panalangin, nagsasaya at nagbibigay ng pasasalamat para sa kung ano ang ginagawa ng Diyos sa mundo."

Papuri

 Kamay ay itinaas sa pagsamba.

—Lucas 18:10-14—May dalawang lalaking nagsipanhik sa templo upang magsipanalangin; ang isa'y Fariseo, at ang isa'y maniningil ng buwis. Ang Fariseo ay nakatayo at nanalangin sa kanyang sarili ng ganito, Dios, pinasasalamatan kita, na hindi ako gaya ng ibang mga tao, na mga manglulupig, mga liko, mga mapangalunya, o hindi man lamang gaya ng maniningil ng buwis na ito. Makalawa akong nagaayuno sa isang lingo; nagbibigay ako ng ikapu ng lahat kong kinakamtan. Datawa't ang maniningil ng buwis, na nakatayo sa malayo, ay ayaw na itingin man lamang ang kanyang mga mata sa langit, kundi dinadagukan ang kanyang dibdib, na sinasabi, Dios, ikaw ay mahabag sa akin, na isang makasalanan. Sinasabi ko sa inyo, Nanaog at umuwi sa kanyang bahay ang taong ito na inaaringganap kaysa isa: sapagka't ang bawa't nagmamataas sa kanyang sarili ay mabababa; datapwa't ang nagpapakababa sa kanyang sarili ay matataas. (CEV)

MAGSISI

"Sa kuwentong ito, si Hesus ay sumalungat sa dalawang tao na nagdadasal. Kapag ang Pariseo ang nagdasal, siya ay mapagmataas at itinuturing ang kanyang sarili sa itaas sa mga 'makasalanan'. Kapag ang maniningil ng buwis ay nagdasal, siya ay mapagkumbaba sa kanyang sarili sa harap ng Diyos at nangungumpisal sa kanyang makasalanang kondisyon. Sinabi ni Hesus sa maniningil ng buwis ay ang nasisiyahang sa Diyos sa panalangin."

Ang Pagsisisi ay nangangahulugan na ang ng pagamin sa ating mga kasalanan at pagtatalikod mula sa paggawa nito muli. Ang mga taong nagsisisi ay pinapatawad at kalugod lugod sa Diyos."

Magsisi
 Ang mga palad ay palabas na panangga shielding sa mukha; Ang ulo ay nakalayo.

—Lucas 11:9—*At sinasabi ko sa inyo, Magsihingi kayo, at kayo'y bibigyan; Magsihanap kayo, at kayo'y mangakakasumpong; magsituktok kayo, at kayo'y bubuksan. (HCSB)*

MAGTANUNG

"Matapos na pumasok sa presensiya ng Diyos sa papuri at pagsisisi, handa na tayo upang humingi sa Diyos para sa mga bagay na kailangan natin. Maraming mga tao ang sinisimulan ang kanilang mga panalangin sa pamamagitan ng pagtatanong, ngunit ito ay bastos. Ang Panalangin sa Panginoon ay nagtuturo sa atin upang magsimula sa pagpuri sa Ama (Mateo 6:9) at pagkatapos magtanong."

Magtanung
 Ang mga kamay ay nakatasa upang makatanggap.

—Lucas 22:42—*Na sinasabi, Ama, kung ibig mo, ilayo mosa akin ang sarong ito: gayon ma'y huwag mangyari ang aking kalooban, kundi ang iyo. (HCSB)*

MAGBIGAY

"Si Hesus ay pinahirapan sa Hardin ng Gethsemane tungkol sa pagpunta sa krus. Ngunit, sinabi Niya, 'Gayunpaman, hindi ang aking kalooban, ngunit sa iyo ay mangyari.' Pagkatapos humiling sa Diyos para sa mga bagay na kailangan natin, makinig tayo sa kanya at nagbubunga sa mga bagay na siya nagtatanong mula sa atin."

> Ang Ani ng Diyos Nagtatanong sa Atin
> 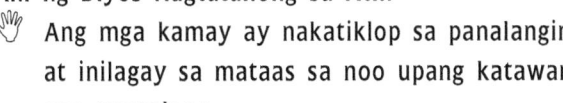 Ang mga kamay ay nakatiklop sa panalangin at inilagay sa mataas sa noo upang katawanin ang paggalang.

Manalangin ng Magkakasama

- Mamuno ng grupo sa isang oras ng panalangin gamit ang apat na bahagi ng panalangin, ang isang seksyon sa isang panahon.
- Ang bawat tao sa grupo ay mananalangin ng malakas habang sa 'Papuri' at 'Pagtanong' na seksyon. Magdasal nang tahimik habang ang 'Nagsisisi' at 'Nagbibigay' na seksyon.

"Alam mo kapag ang oras ay tapos na sa seksyon na iyon kapag sinasabi ko, 'At ang lahat ng tauhan ng Diyos ay sinabi ... Amen.'"

- Hikayatin ang mga magaaral upang gamitin ang mga galaw ng kamay habang nananalangin nila upang makatulong na matandaan ang mga ito kung saan bahagi ng panalangin ang mga ito ay sinasanay nila.

Paano Tayo Sasagutin ng Diyos?

—Mateo 20:20-22—Nang magkagayo'y lumapit sa kanya ang ina ng mga anak na lalaki ni Zebedeo, na kasama ang kanyang mga anak na lalaki na siya'y sinamba, at may hinihinging isang bagay sa kanya. At sinabi niya sa kanya, Ano ang ibig mo? Sinabi niya sa kanya, Ipagutos mo na itong aking dalawang anak ay magsiupo ang isa sa iyong kanan, at ang isa sa iyong kaliwa, sa iyong kaharian. Ngunit sumagot si Hesus at sinabi, Hindi ninyo nalalaman ang inyon hinhingi. Mangyayari bagang inuman ninyo ang sarong malapit nang aking iinuman? Sa kanya'y sinabi nila, Mangyayari. (NLT)

HINDI

"Ang ina ni Santiago at Juan ay nagtanong kay Hesus upang bigyan ang kanyang mga anak ang pinaka pribilehiyong mga posisyon sa kaharian ni Hesus. Ang Pagmamataas at kapangyarihan ang naguudyok sa kanya. Sinabi ni Hesus sa kanya na hindi niya pagbibigyan ang kanyang kahilingan dahil lamang ang Ama ang mayroong ganun na kapangyarihan. Kapag sinabi ng Diyos na 'hindi' kapag hinihiling natin sa maling mga motibo."

> Hindi – Mayroon tayong mga maling motibo. Iiling ang ulo sa pagbibigay ng senyas na "hindi."

⊕

—Juan 11:11-15—Ang mga bagay na ito'y sinalita niya : at pagkatapos nito'y sinabi niya sa kanila, Si Lazaro na ating kaibigan ay natutulog; ngunit ako'y paroroon, upang gisingin ko siya sa pagkakatulog. Sinabi nga ng mga alagad sa

kanya, Panginoon, kung siya'y natutulog ay siya'y gagaling. Sinalita nga ni Hesus ang tungkol sa kanyang pagkamatay: datapwa't sinapantaha nila na ang sinalita ay ang karaniwang pagtulog. Nang magkagayon nga ay sinabi sa kanila ni Hesus ng malinaw, Si Lazaro ay patay. At ikinagagalak ko dahil sa inyo rin na ako'y wala roon, upang kayo'y magsipaniwala; gayon ma'y tayo na sa kanya.

MABAGAL

"Alam ni Hesus na SI Lasaro ay may sakit, at maaaring Siya ay mas maagang dumating at napagaling siya. Gayunpaman, Naghintay siHesus hanggang sa Lasaro ay namatay dahil gusto niya na gawin ang isang mas mataas na trabaho-isang muling pagkabuhay. Alam ni Hesus na ito ang magpapalakas sa kanilang pananampalataya at magdadala ng mas mataas na kaluwalhatian sa Diyos kung si Lasaro ay babangon muli. Minsan kailangan nating maghintay dahil ang panahon ay hindi tama."

> Mabagal - kailangan nating maghintay sa Diyos ng tiyempo at hindi ang ating pansarili.
> ✋ Ang mga kamay ay itulak pababa tulad ng pagbagal ng kotse.

⊕

—Lucas 9:51-56—At nangyari, nang nalalapit na ang mga kaarawan na siya'y tatanggapin sa itaas, ay pinapanatili niyang harap ang kanyang mukha upang pumaroon sa Jerusalem, At nagsugo ng mga sugo sa unahan ng kanyang mukha: at nagsiayon sila, at nagsipasok sa isang nayon ng mga Samaritano upang siya'y ipaghanda. At hindi nila siya tinanggap, sapagka't ang mukha niya'y anyong patungo

sa Jerusalem. At nang Makita ito ng mga alagad niyang si Santiago at si Juan, ay nangagsabi, Panginoon, ibig mo bagang magpababa tayo ng apoy mula sa langit, at sila'y pugnawin? Datapwa't, lumingon siya, at sila'y pinagwikaan, At sila'y nagsiparoon sa ibang nayon. (NLT)

LUMAGO

"Nung ang nayon ng Samaritano ay hindi malugod na tinanggap si Hesus, si Santiago at Juan ay nagnanais sa Kanya na sirain ang buong nayon na may sunog. Ang mga Alagad ay hindi naunawaan ang misyon ni Hesus: Siya ay dumating upang ipagtanggol ang mga tao, hindi upang makasama ang mga ito. Ang mga alagad ay may kailangang gawin para din lumago ! Sa parehong paraan, kapag hinihingi natin sa Diyos para sa mga bagay na hindi natin talagang kailangan, o magdudulot lang sa atin ng problema, o hindi pumila sa misyon ng Diyos para sa ating mga buhay, Hindi niya ibinibigay sa iyo. Sabi niya kailangan nating lumago."

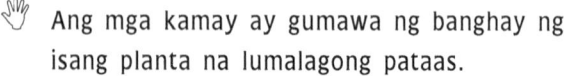
Paglago - Nais ng Diyos sa atin na lumago sa isang lugar muna.

 Ang mga kamay ay gumawa ng banghay ng isang planta na lumalagong pataas.

–Juan 15:7–Kung kayo'y magsipanatili sa akin, at ang mga salita ko'y magsipanatili sa inyo, ay hingin ninyo ang anomang inyong ibigin, at gagawin sa inyo. (NLT)

PUMUNTA

"Kapag sunundan natin si Hesus at mabuhay sa pamamagitan ng Kanyang mga salita, maaari nating hilingin sa Diyos para sa mga bagay na kailangan natin at magtiwala sa Kanya na ibibigay sa atin. Ang sabi ng Diyos, "Oo! Pumunta Ka! Maaari kang magkaroon ng mga ito!"

> Pumunta - Ipinagdasal natin ayon sa Kanyang kalooban at sabi niya ay "oo."
>
> ✋ Ang ulo ay tumatango, nagbibigay ng senyas "oo" at ang mga kamay ay gumagalaw ng pasulong sa pagbibigay ng senyas, "pumunta".

Memoryang Tula

—Lucas 11:9—At sinasabi ko sa inyo, Magsihingi kayo, at kayo'y bibigyan; magsihanap kayo, at kayo'y mangakakasumpong; magsituktok kayo, at kayo'y bubuksan.

- Ang bawat tao'y tatayo at magsasabi sa memoryang taludtod ng sampung beses na sama-sama. Ang unang anim na beses, ang mga magaaral ay gagamitin ang kanilang mga Biblia o araling tala. Ang huling apat na beses, sinasabi nila ang taludtod mula sa memorya. Ang mga magaral ay dapat sabihin ang pinagkuhanan ng tula bago sila magbabanggit ng taludtod sa bawat oras at umupo na kapag natapos.
- Ito ay makakatulong sa mga tagapagsanay na alam na pagtatapos ng mga aralin sa seksyon na "Pageensayo".

Pagensayo

- Magtanong sa mga magaaral na umupo at nakaharap sa kanilang mga panalangin na kapares para sa sesyon na ito. Ang magkapares ay nagbibigay daan sa pagtuturo sa bawat isa ng mga aralin.

    "Ang mas mababa na tao sa magkapares ay ang pinuno."

- Sundin ang mga Pagsasanay ng mga Tagapagsanay na Proseso sa pahina 21.
- Bigyang-diin na gusto mo ang mga ito upang magturo ng lahat sa seksyon ng "Pag-aaral"ng eksakto ng paraan mo.

    "Magtanong ng mga katanungan, basahin ang mga kasulatan na sama-sama, at sagutin ang mga katanungan sa parehong paraan na ginawa ko sa iyo."

- Pagkatapos ng magaaral na nagensayo sa pagsasanay sa bawat isa, hilingin sa kanila upang mahanap muli ng isang bagong kapares at magsanay muli. Magtanong ng mga magaaral na mag-isip ng isang tao na pwede nilang ibahagi ang aralin sa labas ng pagsasanay.

    "Lumabas ng ilang sandali upang isipin ang tungkol sa isang tao na maaari mong ituro ang aralin na ito sa labas ng pagsasanay na ito. Isulat ang pangalan ng taong iyon sa tuktok ng unang pahina ng mga aralin na ito."

Pagtatapos

Numero ng Telepono ng Diyos ∞

"Alam mo ba ang numero ng telepono ng Diyos? Ito ay 3-3-3."

—Jeremiah 33:3—Tumawag ka sa akin at sasagutin kita, at sasabihin ko sa iyo ang mahusay at malakas na mga bagay, na hindi mo alam. (NASB)

Dalawang kamay-Sampung Daliri ∞

- Itaas ang dalawang mga kamay.

"May dalawang uri ng mga tao na dapat natin ipanalangin araw-araw: Mga mananampalataya at mga hindi naniniwala."

"Manalangin tayo para sa mga mananampalataya na sila ay sumunod kay Hesus at magsanay ng iba na gawin din ito ng parehas. Manalangin tayo para sa mga hindi naniniwala na sila ay makakatanggap kay Kristo."

- Hikayatin ang mga magaaral upang pumili ng limang tao na mabibilang sa kanilang kanang kamay na hindi pa nananampalataya. Patagalin ang pagdarasal para sa kanila upang maging mga tagasunod ni Hesus.
- Sa kaliwang kamay, ang mga magaaral ay dapat isama ang mga mananampalataya na alam nila na maaari nilang masanay na sundin si Hesus. Patagalin ang pagdarasal para sa mga mananampalataya upang sundin si Hesus sa lahat ng kanilang mga puso.

5

Sumunod

Ipinapakilala ng *Sumunod* si Hesus bilang isang tagalingkod: ang mga tagalingkod ay tumutulong sa ibang tao; sila'y mapagkumbaba, at sumusunod sila sa kanilang panginoon. Kagaya ni Hesus na nagsilbi at sumunod sa Kanyang Ama, ngayon ay nagsisilbi at sumusunod tayo kay Hesus. Bilang may lahat ng kapangyarihan, binigyan nya tayo ng apat na utos: humayo, gumawa ng mga disipulo, magbinyag at turuan silang sumunod sa lahat ng Kanyang kautusan. Pag nagbigay si Hesus ng utos, dapat natin itong sundin sa lahat ng oras, agad-agad at nang taos sa puso.

Ang mga bagyo sa buhay ay dumarating sa bawat isa, matalino ang namumuhay alinsunod sa utos ni Hesus, at hangal naman ang tumataliwas. Sa katapusan, ang mag-aaral ay gagawa ng mapa ng Mga Gawa 29, isang larawan ng kanyang bukirin, na ipapakita sa dulo ng Seminar ng Pagkadisipulo.

Papuri

- May magdadasal upang humingi ng presensya at biyaya ng Panginoon.
- Sama-samang umawit ng dalawang awit-papuri.

Panalangin

- Ipagpares ang mga mag-aaral.
- Ang bawat isa ay magtatanong sa kapares:

    1. Pano natin ipagdadasal ang mga kilala nating naliligaw upang maligtas?
    2. Pano natin ipagdadasal ang grupo na ating sinasanay?

- Kung ang kapares ay wala pang sinasanay, ipagdasal na siya'y makahanap sa kanyang mga kakilala.
- Magkasamang magdadasal ang magkapares.

Aralin

Gawin ang Otso-otso! ଓ

"May gagawin ako na sana'y di nyo makalimutan. Gumawa kayo ng isang bilog at panoorin nyo ko. Gusto kong gayahin nyo lahat ng gagawin ko."

- Sa simula, gumawa ng simpleng kilos ng mga kamay na madaling gayahin. Halimbawa ay paghikab, pagtapik sa pisngi, pagpalakpak atbp. Gawin ito nang mabagal para madali itong magawa ng iba.

"Madali ba akong sundan? Bakit o bakit hindi?

Madali akong sundan dahil simple lang ginawa ko. Ngayon, gayahin nyo ako ulit. Tandaan, gawin nyo ang eksaktong gagawin ko."

- Sunod, gawin ang Otso-otso at kombinasyon ng ibang sayaw. Magimbento ng kakaiba at komplikadong sayaw na mahirap kopyahin. May ilang gagaya sa 'yo ngaunit ang iba ay tatawa na lang at sasabihing imposible.

"Madali ba ako ngayong sundan? Bakit o bakit hindi?

Tinuturuan namin kayo ng aralin na madaling ulitin. Sa ganitong paraan, ang mga sinanay nyo ay makakapagsanay rin ng iba. Pag masyadong komplikado ang isang aralin, mahirap itong ituro sa iba. Kung pag-aralan mo ang paraan ng pagtuturo ni Hesus, simple ang kanyang ipinangaral na madaling maalala at maituro sa iba. Gusto nating magsanay ng iba gaya ni Hesus."

Pagbalik-aral

Bawat balik-aral ay magkatulad. Patayuin ang mga mag-aaral at sabihin ang natutunan. Siguruhing gawin din nila ang mga kilos.

Ano Ang Walong Larawan na Makakatulong Sa Atin na Sundin si Hesus?

Sundalo, Tagahanap, Pastol, Magsasaka, Anak, Santo, Tagalingkod, Tagapagalaga

Pakarami

Ano ang tatlong bagay na ginagawa ng tagapangalaga?
Ano ang unang utos ng Diyos sa tao?

Ano ang huling utos ni Hesus sa tao?
Pano ako magiging mabunga at magpakarami?
Ano ang dalawang dagat na nasa Israel?
Ano ang pinagkaiba nila?
Alin ang gusto mo maging katulad?

Pag-ibig

Ano ang tatlong bagay ng ginagawa ng pastol?
Ano ang pinakamahalagang utos na ituro sa iba?
San nagmumula ang Pag-ibig?
Ano ang Simpleng Pagsamba?
Bakit tayo may Simpleng Pagsamba?
Ilang tao ang kailangan sa Simpleng Pagsamba?

Panalangin

Ano ang tatlong bagay na ginagawa ng santo?
Paano tayo dapat manalangin?
Paano tayo sasagutin ng Diyos?
Ano ang numero ng telepono ng Diyos?

Ano ang katulad ni Hesus?

—Marcos 10:45—Sapagkat ang Anak ng Tao ay naparito hindi upang paglingkuran kundi upang maglingkod at upang mag-alay ng kanyang buhay para sa ikatutubos ng marami. (AngBiblia)

"Si Hesus ay isang tagalingkod. Ang kanyang hangad ay magsilbi sa Kanyang Ama sa pamamagitan ng pagbibigay ng Kanyang buhay para sa sangkatauhan."

Tagalingkod
✋ Magpanggap na isang martilyo.

Ano ang 3 bagay na ginagawa ng tagalingkod?

—Filipos 2:5-8—Nawa'y magkaroon kayo ng kaisipan na tulad ng kay Cristo Jesus. Kahit siya'y likas at tunay na Diyos, hindi niya ipinagpilitang manatiling kapantay ng Diyos. Sa halip, kusa niyang hinubad ang pagiging kapantay ng Diyos, at naging katulad ng isang alipin. Ipinanganak siyang tulad ng mga karaniwang tao. At nang si Cristo'y maging tao, nagpakumbaba siya at naging masunurin hanggang kamatayan, maging ito man ay kamatayan sa krus!

1. Ang mga tagalingkod ay tumutulong sa iba.

   "Namatay si Hesus upang makabalik tayo sa pamilya ng Diyos."

2. Ang mga tagalingkod ay mapagkumbaba.
3. Ang mga tagalingkod ay sumusunod sa kanilang panginoon.

   "Sinunod ni Hesus ang kanyang ama. Marapat na sundin natin ang ating panginoon."

"Tinulungan tayo ni Hesus nang mamatay siya sa krus para sa ating mga kasalanan. Nagpakumbaba Siya at sumunod sa kanyang Ama. Si Hesus ay isang tagalingkod at nananahan sa atin. Habang tayo'y sumusunod sa Kanya, tayo'y magiging tagalingkod rin. Tutulong tayo sa iba, magpapakumbaba at susunod sa ating panginoon–si Hesus."

Sino ang Pinakamakapangyarihan sa Mundo?

—Mateo 28:18—Lumapit si Jesus at sinabi sa kanila, "Ibinigay na sa akin ang lahat ng kapangyarihan sa langit at sa lupa."

"Si Hesus ang pinakamakapangyarihan sa langit at sa lupa. Mas makapangyarihan Siya sa ating mga magulang, mga guro at mga opisyal sa pamahalaan. Sa katunayan, mas makapangyarihan Siya kaysa pagsamahin pa ang lahat ng tao sa mundo. Dahil nasa Kanya ang kapangyarihan, dapat sundin natin ang Kanyang mga utos bago utos ng iba."

Ano ang Apat na Utos na ibinigay sa bawat Tagasunod?

—Mateo 28:19-20a—Kaya't habang kayo'y humahayo, gawin ninyong alagad ko ang mga tao sa lahat ng bansa. Bautismuhan ninyo sila sa pangalan ng Ama, at ng Anak, at ng Espiritu Santo. Turuan ninyo silang sumunod sa lahat ng iniutos ko sa inyo.

HUMAYO

- Igalaw ang mga daliri na mukhang lumalakad

GUMAWA NG ALAGAD

- Gawin ang lahat ng kilos ng kamay mula sa Simpleng Pagsamba: papuri, panalangin, aralin, sanayin.

MAGBINYAG

- Ilagay ang kamay sa siko; igalaw ang siko pataas at pataba na parang may binibinyagan.

Turuan silang sumunod sa mga utos

🖐 Pagdikitan ang kamay na parang nagbabasa ng libro, at igalaw ang libro pauna at palikod, pakaliwa at pakanan na parang nagtuturo.

Paano natin susundin si Hesus?

"Gusto kong ibahagi sa inyo ang tatlong kwento na nagpapakita ng pagkamasurin na hangad ng Diyos mula sa atin. Makinig nang mabuti upang maulit niyo ito sa inyong kapares sa ilang minuto."

SA LAHAT NG ORAS

"Sinabi ng isang anak sa kayang ama na susundin nya ang kanyang utos sa lahat ng buwan sa taon maliban sa isa. Sa loob ng buwan na iyon, gagawin niya ang kahit anong naisin (uminom ng alak, tumigil sa pag-aaral, etc.). Ano sa tingin mo ang sinabi ng ama?

Sinabi rin ng anak na iyon, 'Susundin kita sa lahat ng linggo sa taon maliban sa isa kung saan gagawin ko ang kahit anong gusto ko.' (Magdrugs, maglayas, etc.) Ano sa tingin mo ang sinabi ng ama?

Tapos, sinabi rin ng anak 'Susundin kita sa lahat ng araw sa taon maliban sa isa kung saan gagawin ko ang kahit anong gusto ko.' (Magpakasal; pumatay, etc.) Ano sa tingin mo ang sinabi ng ama?

Gaya ng inaasahan natin ang mga anak na sundin ang ating utos sa lahat ng oras. Gayundin kapag nagbigay ng utos si Hesus."

Sa lahat ng oras
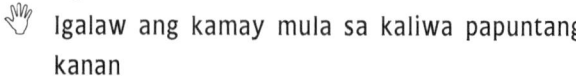 Igalaw ang kamay mula sa kaliwa papuntang kanan

AGAD-AGAD

"May isang babae na mahal na mahal ang kanyang ina. Nagkasakit nang malubha ang ina at nag-agaw buhay. Inutusan ng ina ang kanyang anak, 'Pakiusap, pakuha ng isang baso ng tubig.' Sinabi ng anak, 'Sige po… sa isang linggo.' Ano sa tingin mo sinabi ng ina?

Inaasahan natin ang ating mga anak na sundin tau agad-agad at walang atubili. Ganon din kapag si Hesus ay nag-utos, inaasahan Niya na sumunod tayo agad-agad at hindi sa hinaharap."

Agad-agad
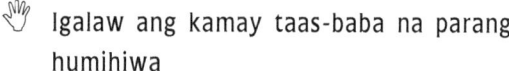 Igalaw ang kamay taas-baba na parang humihiwa

TAOS SA PUSO

"May isang lalakeng nagnanais maikasal. Sinabi ko sa kanyang gagawan ko siya ng robot na susundin bawat salita niya. Pag-uwi niya galing trabaho, sasabihin ng robot sa kanya, 'Mahal na mahal kita; ansipag mo magtrabaho.' Pag inutusan niya ang robot, sasabihin nito, 'Sige, mahal. Ikaw ang pinakadakilang lalake sa mundo' Ano sa tingin mo iisipin ng kaibigan ko sa ganitong klaseng asawa? (Magboses-robot habang sinasabi ang linya ng robot)

Gusto nating magmula ang pag-ibig na taos sa puso at hindi mula sa pinrogramang robot. Gusto natin ng tunay na pag-ibig. Ganun din ang Panginoon na gustong sumunod tayo nang taos sa puso."

Taos sa puso
- Ipagkrus ang mga kamay sa dibdib at iangat sa papuri sa Diyos.

- Ipagbalik-aral ang tatlong kilos-kamay ng ilang beses:

"Gusto ni Hesus na sundin natin Siya: sa lahat ng oras, agad-agad, at nang taos sa puso.

Binigyan ni Hesus ang bawat tagasunod ng apat na utos. Paano tayo dapat sumunod?"

INUTUSAN NIYA TAYONG HUMAYO.
- Igalaw ang mga daliri na mukhang lumalakad

PAANO TAYO SUSUNOD?

"Sa lahat ng oras, agad-agad at ng taos sa puso."

INUTUSAN NIYA TAYONG GUMAWA NG ALAGAD.
- Gawin ang lahat ng kilos ng kamay mula sa Simpleng Pagsamba: papuri, panalangin, aralin, sanayin.

PAANO TAYO SUSUNOD?

"Sa lahat ng oras, agad-agad at ng taos sa puso."

INUTUSAN NIYA TAYONG MAGBINYAG.

> 🖐 Ilagay ang kamay sa siko; igalaw ang siko pataas at pataba na parang may binibinyagan.

PAANO TAYO SUSUNOD?

"Sa lahat ng oras, agad-agad at ng taos sa puso."

INUTUSAN NIYA TAYONG TURUAN SILA NA SUMUNOD SA MGA UTOS.

> 🖐 Pagdikitan ang kamay na parang nagbabasa ng libro, at igalaw ang libro pauna at palikod, pakaliwa at pakanan na parang nagtuturo.

PAANO TAYO SUSUNOD?

"Sa lahat ng oras, agad-agad at ng taos sa puso."

Anong ipinangako ni Hesus sa bawat tagasunod?

—Mateo 28:20b—Tandaan ninyo, Ako'y laging kasama ninyo hanggang sa katapusan ng panahon..

"Si Hesus ay lagi nating kasama. Kasama natin Siya dito, kahit ngayon."

Berso

—Juan 15:10—Kung tinutupad ninyo ang aking mga utos, mananatili kayo sa aking pag-ibig; tulad ko, tinutupad ko ang mga utos ng aking Ama at ako'y nananatili sa kanyang pag-ibig.

- Tatayo ang lahat, at sasabihin ang berso ng sampung beses. Sa unang anim na beses, ang mag-aaral ay gagamit ng Bibliya o talaan. Sa huling apat na beses, sasabihin ito mula sa ala-ala. Sasabihin ng mag-aaral ang sanggunian bago ang berso at uupo pagkatapos.
- Makakatulong ito sa mga tagasanay upang malaman kung sino ang nakatapos ng leksiyon sa bahaging "Pagsasanay".

PAGSASANAY

- Paupuin ng magkaharap ang mga magkapares. Magpapalitan sila sa pagtuturo sa isa't isa ng leksiyon.

"Ang mas matangkad sa bawat pares ang magiging lider."

- Sundin ang *Paraan ng Pagsasanay ng mga Tagasanay* sa pahina 21.
- Ipagbigay-diin na gusto mong ituro ang lahat ng nasa bahaging "Aralin" tulad ng kung paano mo tinuro.

"Matanong, basahin ang Bibliya at sagutin ang mga tanong katulad ng aking ginawa sa inyo."

- Matapos ang mga mag-aaral na mag-ensayo sa pagsasanay sa bawat isa, pahanapin sila ng bagong kapares at magsanay muli. Pag-isipin ang mag-aaral kung sinong maaaring bahagian ng leksyon sa labas ng pagsasanay.

"Maglaan ng ilang sandali upang mag-isip kung sino maaari mong bahagian ng leksyon sa labas ng pagsasanay. Isulat ang kanyang pangalan sa taas ng unang pahina ng leksyon."

KATAPUSAN

Pagtatayo sa Tamang Pundasyon ଓ

- Humingi ng tatlong boluntaryo para sa sunod na pagsasadula: ang dalawa ay gaganap at ang isa ay magsasalaysay. Ang tagaganap ay pupunta sa harap at ang tagasalaysay ay sa gilid. Ang dalawang tagaganap ay dapat lalake.
- Ipabasa sa tagasalaysay ang Mateo 7:24-25

"Ang matalino ay nagtayo ng bahay sa bato."

> *–Mateo 7:24, 25– "Kaya't ang bawat nakikinig at nagsasagawa ng mga salita kong ito ay maitutulad sa isang taong matalino na nagtayo ng kanyang bahay na ang pundasyon ay bato. Umulan nang malakas, bumaha, at binayo ng malakas na hangin ang bahay na iyon, ngunit hindi nagiba sapagkat nakatayo iyon sa bato.*

- Matapos basahin ng tagasalaysay ang sipi, ipaliwanag kung anong nangyari sa matalinong tao, gumawa ng tunog na parang hangin habang binubuhusan ng tubig ang ulo ng unang boluntaryo.

- Itago ang lalagyan ng tubig sa malapit bago magsimula ang pagsasadula.
- Ipabasa sa tagasalaysay ang Mateo 7:26-27

"Ang hangal ay nagtayo ng bahay sa buhanginan."

—Mateo 7:26-27—Ang bawat nakikinig ng aking salita ngunit hindi naman nagsasagawa ng mga aral na ito ay maitutulad naman sa isang taong hangal na nagtayo ng kanyang bahay sa may buhanginan. Umulan nang malakas, bumaha at binayo ng malakas na hangin ang bahay. Ito ay bumagsak at lubusang nawasak.

- Pagkatapos ng salaysay, ipaliwanag kung anong nangyari sa hangal na tao, gumawa ng tunog na parang hangin habang binubuhusan ng tubig ang ulo ng ikalawang boluntaryo. Babagsak siya sa dulo at sasabihin mong, "At malakas ang pagbagsak ng bahay na iyon."

"Pag sumusunod tayo kay Hesus, tulad natin ang matalinong tao. Pag hindi, tulad tayo ng hangal na tao. Nais nating siguruhin na ang ating mga sinasanay ay namumuhay sa pagsunod sa utos ni Hesus. Ang kanyang salita ay matibay na pundasyon sa kahit anong kahirapang maranasan sa buhay."

Mapa ng Mga Gawa 29 – Bahagi 1 ☙

- Matapos ng pagsasadulang "Tunay na Pundasyon", bigyan ang bawat mag-aaral ng papel, panulat, pangkulay, atbp.
- Ipaliwanag na ang lahat ay gagawa ng mapa kung saan sila tinawag ng Panginoon. May ilang pagkakataon na maaari nilang gawin ang mapa. Maaari din sa gabi. Ang mapa na ito ay kumakatawan sa kanilang pagkamasunurin sa utos ni Hesus na humayo sa mundo.

- Paguhitin ang mag-aaral ng mapa ng lugar kung saan sila tinawag ng Panginoon. Kasama dapat sa mapa ang daanan, ilog, bundok at iba pang palatandaan. Kung hindi nila alam kung saan sila tinawag ng Panginoon, himukin silang isama ang mga lugar kung saan sila nakatira o nagtatrabaho at kung saan nakatira ang mahalagang tao sa kanilang buhay. Ito ay magandang panimula.

Posibleng Simbolo sa Mapa

Bahay
Ospital/Klinika
Templo
Simbahan
Baseng militar
Mosque
Paaralan
Palengke

Mas maganda ang magagawang mapa kung…

- Gagawa muna ng mabilisang larawan bago ito kopyahin sa malinis na papel.
- Kukuha ng bagong ideya sa pamamagitan ng pag-iikot at pagtingin sa ginagawang mapa ng iba,
- Iisiping ipapakita ang mapa sa dulo ng pagsasanay.
- Gagamit ng krayola o lapis na may kulay para maging mas nakakaakit.

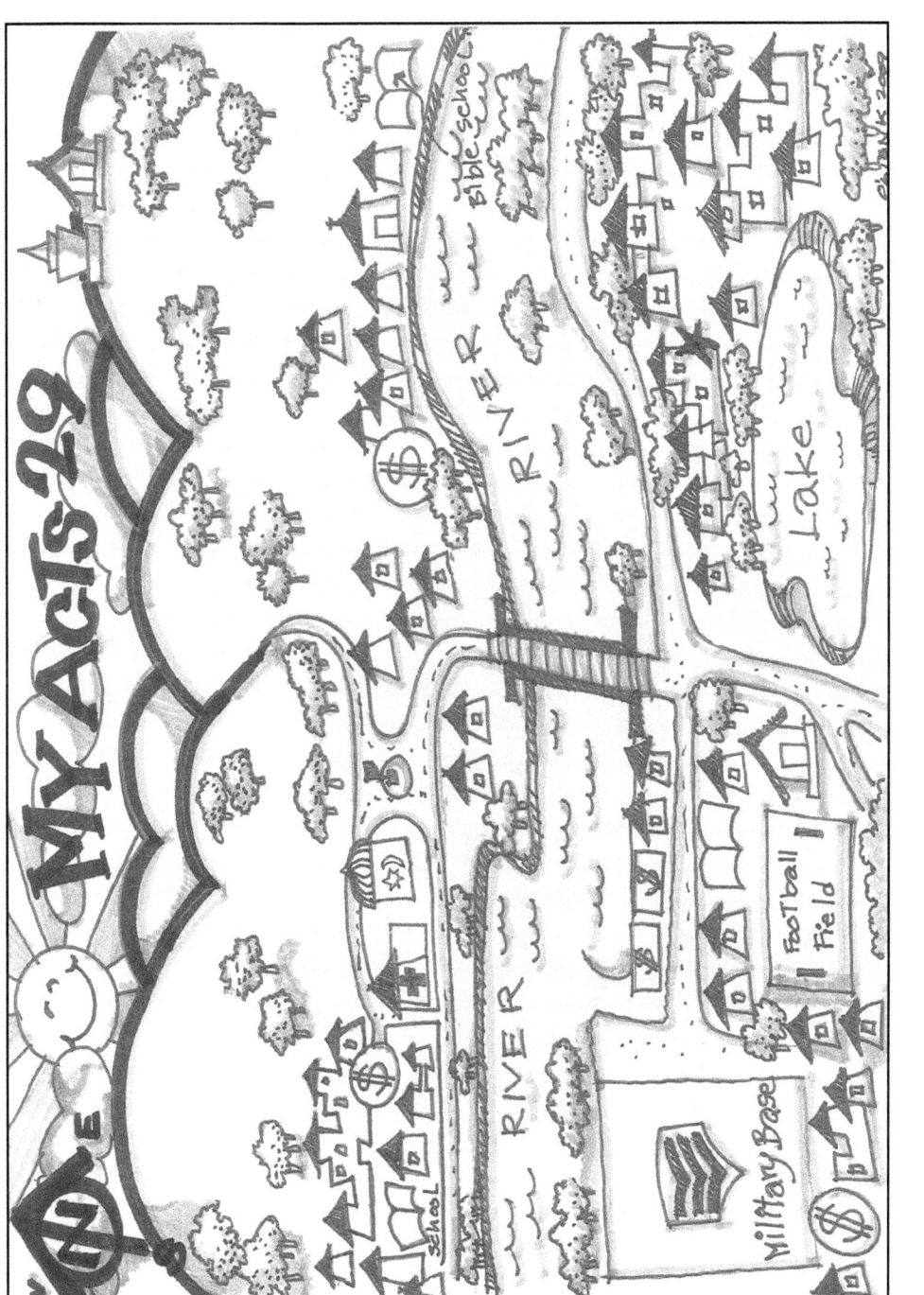

Caminar

Ipinapakila ng *Lumakad* si Hesus bilang isang Anak: ang anak ay ikinararangal ang kanyang magulang, nagnanais ng pagkakaisa, at gustong magtagumpay ang pamilya. Tinawag ng Ama si Hesus na "natatangi" at ang Espirito Santo ay bumaba sa Kanya nang Siya'y binyagan. Si Hesus ay matagumpay sa Kanyang pangangaral dahil umasa Siya sa kapangyarihan ng Espirito.

Gayon din tayo na kelangan umasa sa kapangyarihan ng Espirito Santo. Merong apat na utos ukol sa Espirito Santo: lumakad kasabay ng Espirito, wag saktan ang Espirito, mapuspos ng Espirito at wag hadlangan ang Espirito. Si Hesus ay kasama natin ngayon at gusto Niya tayong tulungan tulad ng pagtulong niya sa daan ng Galilee. Maaari tayong tumawag kay Hesus kung kelangan natin ng tulong sa malunasan ang hadlang sa pagsunod natin sa Kanya.

Papuri

- May magdadasal upang humingi ng presensya at biyaya ng Panginoon.
- Sama-samang umawit ng dalawang awit-papuri.

Panalangin

- Ipagpares ang mga mag-aaral.
- Ang bawat isa ay magtatanong sa kapares:

    1. Pano natin ipagdadasal ang mga kilala nating naliligaw upang maligtas?
    2. Pano natin ipagdadasal ang grupo na ating sinasanay?

- Kung ang kapares ay wala pang sinasanay, ipagdasal na siya'y makahanap sa kanyang mga kakilala.
- Magkasamang magdadasal ang magkapares.

Aralin

Naubusan ng Gasolina ⍟

"Ano sa tingin mo ang mangyayari kung itinulak ko ang motorsiklo ko kung saan-sana at di ko nilagyan ng gasolina?"

- Humingi ng boluntaryo. Siya ay magiging iyong "motorsiklo." Itulak ang motorsiklo sa trabaho sa paaralan, sa palengke at upang bisitahin ang mga kaibigan. Sa bahay ng kaibigan mo, hihilingin nilang makisakay sa "motorsiklo" kasama mo. Pasakayin sila at itulak din. Ipakita kung gaano ito nakakapagod.

"Malinaw na mas mabuti kung magkarga ng gasolina. Sa gayon, mas madaling magawa ang mga bagay na ito."

- Iikot ang susi at buksan ang makina ng "motorsiklo." Siguruhin na may tutunog tulad ng ingay ng motor.
- Maaari mong itigil at "ayusin" ang motorsiklo ng ilang beses, kung tumigil ito sa pag-iingay. Gawin ang ginawa mo kanina, pero ngayon ay mas madali na ito dahil hindi mo na kelangan itulak ang motorsiklo. Pag humiling ang mga kaibigan mo na sumakay, pasakayin mo sila at sabihing, "Walang problema. Marami na ako ngayong lakas."

"Ang motorsiklo ay tulad ng ating buhay ispiritwal. Maraming "nagtutulak" ng kanilang buhay ispiritwal at umaasa sa kanilang sariling lakas. Resulta, nahihirapan sila sa lakad Kristyano at nais nang sumuko. Ang iba nama'y natuklasan ang lakas ng Espiritu Santo sa kanilang buhay. Siya ay tulad ng gasolina sa motorsiklo. Binibigyan Niya tayo ng lakas para sundin ang anumang utos ni Hesus."

Pagbalik-aral

Bawat balik-aral ay magkatulad. Patayuin ang mga mag-aaral at sabihin ang natutunan. Siguruhing gawin din nila ang mga kilos.

Ano Ang Walong Larawan na Makakatulong Sa Atin na Sundin si Hesus?
Sundalo, Tagahanap, Pastol, Magsasaka, Anak, Santo, Tagalingkod, Tagapagalaga

Pakarami

Ano ang tatlong bagay na ginagawa ng tagapangalaga?
Ano ang unang utos ng Diyos sa tao?
Ano ang huling utos ni Hesus sa tao?
Pano ako magiging mabunga at magpakarami?
Ano ang dalawang dagat na nasa Israel?
Ano ang pinagkaiba nila?
Alin ang gusto mo maging katulad?

Pag-ibig

Ano ang tatlong bagay ng ginagawa ng pastol?
Ano ang pinakamahalagang utos na ituro sa iba?
San nagmumula ang Pag-ibig?
Ano ang Simpleng Pagsamba?
Bakit tayo may Simpleng Pagsamba?
Ilang tao ang kailangan sa Simpleng Pagsamba?

Panalangin

Ano ang tatlong bagay na ginagawa ng santo?
Paano tayo dapat manalangin?
Paano tayo sasagutin ng Diyos?
Ano ang numero ng telepono ng Diyos?

Ano ang katulad ni Hesus?

—Mateo 3:16-17— Nang siya'y mabautismuhan, umahon si Jesus sa tubig. Biglang nabuksan ang langit at nakita ni Jesus ang Espiritu ng Diyos na bumababang parang isang kalapati at dumapo sa kanya. At isang tinig mula sa langit ang nagsabi, "Ito ang minamahal kong Anak na lubos kong kinalulugdan!"

"Si Hesus ay isang Anak. 'Anak ng Tao' ang paborito Niyang paglalarawan sa sarili. Siya ang unang tumawag sa walang hanggang Panginoon na 'Ama.' Dahil sa Kanyang muling pagkabuhay, ngayon ay maaari na rin tayo maging bahagi ng pamilya ng Diyos."

Anak

 Igalaw ang kamay papuntang bibig na parang kumakain. Maraming kumain ang mga anak!

Ano ang tatlong bagay ng ginagawa ng anak?

–Juan 17:4, 18-21–(Sabi ni Hesus…) Inihayag ko sa lupa ang iyong karangalan; natapos ko na ang ipinapagawa mo sa akin. Kung paanong isinugo mo ako sa sanlibutan, gayundin naman, isinusugo ko sila sa sanlibutan. 19 At alang-alang sa kanila'y itinalaga ko sa iyo ang aking sarili, upang maitalaga rin sila sa pamamagitan ng katotohanan. Hindi lamang sila ang idinadalangin ko; idinadalangin ko pati ang mga mananalig sa akin dahil sa pahayag ng aking mga tagasunod. Ama, maging isa nawa silang lahat. Kung paanong ikaw ay nasa akin at ako'y nasa iyo, gayundin naman, maging isa nawa sila sa atin upang ang mga tao sa daigdig ay maniwala na ikaw ang nagsugo sa akin.

1. Ikinararangal ng anak ang kanyang ama.

    Ihinayag ni Hesus ang karangalan ng Kanyang Ama habang Siya'y nasa lupa.

2. Nagnanais ang anak ng pagkakaisa.

    Nais ni Hesus maging isa ang kanyang mga taga sunod, tulad ng pagiging isa Niya at ng Kanyang Ama.

3. Nais ng anak magtagumpay ang pamilya.

   Gaya ng pinadala ng Diyos si Hesus upang magtagumpay, pinadala tayo ni Hesus upang magtagumpay rin.

"Si Hesus ay isang anak at Siya'y nananahan sa atin. Habang sinunusunod natin Siya, tayo'y kanyang mga Anak. Ikararangal natin ang Diyos Ama, magnanais ng pagkakaisa sa pamilya ng Diyos at magsisikap na magtagumpay ang Kaharian ng Diyos."

Bakit matagumpay ang pangangaral ni Hesus?

—Lucas 4:14–(matapos Siyang tuksuhin) Bumalik sa Galilea si Jesus na sumasakanya ang kapangyarihan ng Espiritu. Napabalita sa mga karatig-bayan ang tungkol sa kanya.

"Binigyan ng Espiritu Santo si Hesus ng lakas na magtagumpay. Nangaral si Hesus sa kapangyarihan ng Espiritu at hindi sa sarili Niyang lakas. Pag sinunod natin si Hesus, ginagaya natin kung paano Siya nangaral. Kung walang humpay umasa si Hesus sa Banal na Espiritu, paano pa kaya tayo!"

Nangako ba si Hesus ukol sa Banal na Espiritu habang Siya'y nasa krus?

—Juan 14:16-18–Dadalangin ako sa Ama, upang kayo'y bigyan niya ng isa pang Tagapagtanggol na magiging kasama ninyo magpakailanman. Siya ang Espiritu ng katotohanan,

na hindi matanggap ng sanlibutan sapagkat siya ay hindi nakikita ni nakikilala ng sanlibutan. Ngunit nakikilala ninyo siya, sapagkat siya'y nasa inyo at siya'y mananatili sa inyo. Hindi ko kayo iiwang nangungulila; babalik ako sa inyo.

1. Bibigyan Niya tayo ng Espiritu Santo.
2. Mananatili nating kasama ang Espiritu.
3. Mapapasaatin ang Espiritu.
4. Magiging bahagi ng pamilya ng Diyos.

"Bahagi tayo ng Kanyang pamilya dahil napasaatin ang Espiritu Santo."

Anong Ipinangako ni Hesus sa kanyang mga Tagasunod Matapos Mabuhay nang Muli?

—Mga Gawa 1:8—Subalit tatanggap kayo ng kapangyarihan pagbaba sa inyo ng Espiritu Santo, at kayo'y magiging mga saksi ko sa Jerusalem, sa buong Judea at sa Samaria, at hanggang sa dulo ng daigdig.

"Bibigyan tayo ng kapangyarihan ng Espiritu Santo pagbaba Niya sa atin."

Ano ang Apat na Utos ukol sa Espiritu Santo?

—Galacia 5:16—Sinasabi ko sa inyo, ang Espiritu ang gawin ninyong patnubay sa inyong buhay at hindi kayo magiging alipin ng hilig ng laman.

LUMAKAD KASABAY NG ESPIRITU

- Pumili ng boluntaryong kapares.

    "Ako at aking kapares ay magpapakita ng ilang katotohanan ukol sa paglakad kasabay ng Espiritu ng Diyos. Sa pagsasadulang ito, ako ay ang sarili ko, at ang kapares ko ay ang Espiritu Santo. Sabi ng bibliya, 'Lumakad kasabay ng Espiritu.'"

- Ipakita ang "paglakad kasabay ng Espiritu" kasama ang iyong kapares. Hayaan ang kapares maging 'Espiritu Santo.' Ikaw at ang iyong kapares ay maglalakad ng hawak-kamay, magkabalikat at magsasalita ng sabay. Pag gusto ng Espiritu pumunta kung saan, samahan mo siya. Pero minsan, subukan mong lumayo sa gusto puntahan ng Espiritu. Manatili kayong magkasama dahil hindi tayo iniiwan ng Espiritu. Ipakitang nahihirapan ka dahil ibang direkson ang pinupuntahan ng Espiritu.

    "Dapat natin sundin bilang patnubay ang Espiritu Santo at hindi ang sarili nating kagustuhan. Minsan gusto natin pumunta sa sarili nating direksyon ngunit nagdadala lamang ito ng problema malaking sagupaan sa ating damdamin."

> Lumakad kasabay ng Espiritu
> "Palakarin" ang mga dalari sa dalawang kamay.

⊕

—Efeso 4:30—At huwag na ninyong saktan ang kalooban ng Espiritu Santo ng Diyos, sapagkat siya ang tatak ng Diyos sa inyo, ang katibayan na kayo'y tutubusin pagdating ng takdang araw.

WAG SAKTAN ANG ESPIRITU

"Sabi ng bibliya, 'Wag saktan ang Banal na Espiritu.' May damdamin ang Espiritu at maaari natin Siyang mapalungkot."

- Lumakad-lakad kasama ng Espiritu (kapares mo) at makipagtsismisan tungkol sa isang tao sa grupo. Tuwing ginagawa mo ito, masasaktan ang Espiritu. Magkunwaring nakikipag-away ka at masasaktan muli ang Espiritu.
"Mag-ingat kung paano ka mamuhay, dahil nasa iyo ang Banal na Espiritu at maaari itong masaktan. Mapapalungkot natin ang Espiritu sa ating ginagawa o sinasabi."

> Wag saktan ang Espiritu
> Kuskusin ang mga mata na parang umiiyak at umiling na nagsisignal na "hindi"

⊕

—Efeso 5:18—Huwag kayong maglalasing, sapagkat mauuwi iyan sa magulong pamumuhay. Sa halip ay dapat kayong mapuspos ng Espiritu.

MAPUSPOS NG ESPIRITU

"Sabi ng Bibliya, 'Mapuspos ng Espiritu.' Ibig sabihin nito, kelangan natin ang Espiritu sa bawat bahagi ng ating buhay at bawat bahagi ng ating araw.

Pagtanggap natin kay Kristo, natanggap na natin lahat ng Espiritung ating kakailanganin. Hindi possible makakuha ng 'mas maraming' Espiritu. Subalit, kaya ng Espiritu na makakuha ng 'mas marami' sa atin! Bawat araw, pumipili tayo kung gaano Niya mapupuno ang ating buhay. Ang utos na ito ay upang punuin natin ng Espiritu ang lahat ng bahagi ng ating buhay."

Mapuspos ng Espiritu.
 Gumawa ng dumadaloy na galaw gamit ang kamay mula sa paa hanggang tuktok ng ulo.

—1 Tesalonica 5:19—Huwag na ninyong hadlangan ang Espiritu Santo.

WAG HADLANGAN ANG ESPIRITU

"Sabi ng Bibliya, 'Wag hadlangan ang Espiritu.' Ibig sabihin nito'y wag nating pigilan ang Kanyang Gawain sa ating buhay."

- Lumakad-lakad kasama ang Espiritu (iyong kapares) at sabihin sa grupo na gusto ng Espiritu na magbigay-saksi ka sa isa sa mga mag-aaral. Tumanggi ka na magbigay-saksi, magdahilan, at magpatuloy sa paglalakad. Hihilingin ng Espirito na magdasal ka para sa maysakit, ngunit tatanggi ka, magdadahilan at pupunta sa ibang direksyon.

"Madalas nating napipigilan ang gawain ng Diyos dahil sa pagdadahilan at paggawa ng ating mga kagustugan sa halip na pagsunod sa Espiritu. Nahahadlangan natin ang Espiritu Santo sa ating hindi ginagawa o hindi sinasabi. Para bang sinusubukan natin na apulain ang apoy ng Espiritu sa ating buhay."

Wag hadlangan ang Espiritu

 Iangat ang kanang hintuturo na parang kandila. Kunwari, sinusubukan mong hipan ang apoy. Umiling upang sumenyas na "hindi."

Berso

—Juan 7:38–at ang lahat ng nananalig sa akin ay uminom. Sapagkat sinasabi sa kasulatan, "Mula sa puso ng nananalig sa akin ay dadaloy ang tubig na nagbibigay-buhay."

- Tatayo ang lahat, at sasabihin ang berso ng sampung beses. Sa unang anim na beses, ang mag-aaral ay gagamit ng Bibliya o talaan. Sa huling apat na beses, sasabihin ito mula sa ala-ala. Sasabihin ng mag-aaral ang sanggunian bago ang berso at uupo pagkatapos.
- Makakatulong ito sa mga tagasanay upang malaman kung sino ang nakatapos ng leksiyon sa bahaging "Pagsasanay".

PAGSASANAY

- Paupuin ng magkaharap ang mga magkapares. Magpapalitan sila sa pagtuturo sa isa't isa ng leksiyon.

"Ang mas matangkad sa bawat pares ang magiging lider."

- Sundin ang *Paraan ng Pagsasanay ng mga Tagasanay* sa pahina 21.
- Ipagbigay-diin na gusto mong ituro ang lahat ng nasa bahaging "Aralin" tulad ng kung paano mo tinuro.

"Matanong, basahin ang Bibliya at sagutin ang mga tanong katulad ng aking ginawa sa inyo."

- Matapos ang mga mag-aaral na mag-ensayo sa pagsasanay sa bawat isa, pahanapin sila ng bagong kapares at magsanay muli. Pag-isipin ang mag-aaral kung sinong maaaring bahagian ng leksyon sa labas ng pagsasanay.

"Maglaan ng ilang sandali upang mag-isip kung sino maaari mong bahagian ng leksyon sa labas ng pagsasanay. Isulat ang kanyang pangalan sa taas ng unang pahina ng leksyon."

KATAPUSAN

Ito ay makabuluhang bahagi ng ministeryo. Kung nagkukulang ka sa oras, maaaring ilagay na lamang ito sa simula ng sunod na leksyon o gawin ito sa ibang pagkakataon. Maaari mo ring gamitin itong seksyon kung merong nagnanais magkaroon ng debosyon sa gabi ng isang seminar.

Andito si Hesus ❧

> *—Hebreos 13:8—Jesucristo es el mismo ayer y hoy y por los siglos.*
>
> *—Hebreo 13:8—Si Jesu-Cristo ay hindi magbabago kailanman; siya ay kahapon, ngayon, at bukas.*
>
> *—Mateo 15:30-31—Nagdatingan naman ang napakaraming taong may dalang mga pilay, bulag, lumpo, pipi, at marami pang ibang maysakit. Dinala nila ang mga ito sa paanan ni Jesus at sila'y pinagaling niya. Kaya't namangha ang mga tao nang makita nilang nakapagsasalita na ang mga pipi, gumaling ang mga lumpo, nakakalakad na ang mga pilay, at nakakakita na ang mga bulag. Kaya't pinuri nila ang Diyos ng Israel.*

–Juan 10:10–Dumarating ang magnanakaw para lamang magnakaw, pumatay, at manira. Naparito ako upang ang mga tupa ay magkaroon ng buhay, ng isang buhay na masagana at ganap.

"Sa Hebreo 13:8, sinasabi ng Bibliya na si Hesus ay di nagbabago kahapon, ngayon at magpakailanman.

Sa Mateo 15:30, sinasabi ng Bibliya na pinapagaling ni Hesus ang mga tao na may iba't ibang karamdaman.

Sa Juan 10:10, sinasabi ng Bibliya na si Satanas ay dumating upang pumatay, magnakaw at manira ngunit si Hesus ay dumating upang magbigay ng buhay na walang hanggan.

Sa katunayan, alam nating kasama natin si Hesus ngayon. Kung may bahagi ng iyong buhay na nangangailangan ng lunas, gusto Niya itong pagalingin tulad ng ginawa Niya sa Mateo 15. Si Satanas ay gustong patayin at natawan ka; si Hesus ay gustong bigyan ka ng buhay na walang hanggan.

Baka nakikita mo ang sarili mo sa isa sa may sakit sa Mateo 15:30.

Malakas ba ang paglakad mo kasama ni Hesus o nagawa kang pilay ni Satanas?"

✋ **Lumakad nang may pilay.**

"Andito si Hesus. Humiling ka sa Kanya at gagamutin Niya ang iyong pilay nang makalakad kang muli kasama Niya."

"Nakikita mo ba ang gawain ng Diyos, o nabulag ka ni Satanas sa pagpapahina ng loob?"

✋ Takpan ang iyong mga mata.

"Andito si Hesus. Humiling ka sa Kanya, at gagamutin ka Niya upang makita muli ang kanyang gawain.

Ipinapamahagi mo ang mabuting balita ng Panginoon sa mga nasa paligid mo, o pipi ka ba?"

✋ Takpan ang iyong bibig.

"Andito si Hesus. Humiling ka sa Kanya, at gagamutin ka Niya upang magkaroon ka ng tapang na magsalita tungkol sa Kanya.

Tumutulong ka ba sa iba o nasaktan ka ni Satanas na di mo na kaya magbigay?"

✋ Kunwari nabalian ka ng kamay at nasasaktan.

"Andito si Hesus. Humiling ka sa Kanya, at gagamutin ka Niya upang malampasan mo ang nakaraan at makalakad kang muli kasama Niya.

Meron ka bang problema sa buhay na pumipigal sayo na sumunod kay Hesus nang buong puso?

Anuman ang iyong karamdaman, andito si Hesus. Tumawag ka sa Kanya, hayaan mong gamutin ka Niya at magbigay pugay sa Panginoon!"

- Pagdasalin ang magkapares para sa bawat isa, at hilingin kay Hesus na pagalingin sila sa kahit anong humahadlang sa pagsunod sa Kanya nang buong puso.

7

Humayo

Ipinapakilala ng *Humayo* si Hesus bilang isang Tagahanap: naghahanap ng bagong lugar, nawawalang mga tao, at mga bagong oportunidad. Paano nagpasya si Hesus kung saan Siya pupunta at mangangaral? Hindi Niya ito ginawa mag-isa; Tumingin Siya kung saan gumagawa ang Diyos; Sumama Siya sa Diyos; at alam Niyang mahal Siya ng Diyos at ipapakita Niya ito. Paano tayo magpapasya kung saan mangangaral?–tulad ng ginawa ni Hesus.

Saan gumagawa ang Diyos? Gumagawa Siya sa piling ng mahihirap, nakakulong, maysakit at inaapi. Isa pang lugar kung saan siya gumagawa ay sa ating pamilya. Gusto niyang iligtas ang buong pamilya. Ang mag-aaral ay ituturo ang mga tao at lugar kung saan gumagawa ang Diyos sa kanilang mapa sa Mga Gawa 29.

PAPURI

- May magdadasal upang humingi ng presensya at biyaya ng Panginoon.
- Sama-samang umawit ng dalawang awit-papuri.

Panalangin

- Ipagpares ang mga mag-aaral.
- Ang bawat isa ay magtatanong sa kapares:

    1. Pano natin ipagdadasal ang mga kilala nating naliligaw upang maligtas?
    2. Pano natin ipagdadasal ang grupo na ating sinasanay?

- Kung ang kapares ay wala pang sinasanay, ipagdasal na siya'y makahanap sa kanyang mga kakilala.
- Magkasamang magdadasal ang magkapares.

Aralin

Pagbalik-aral

Bawat balik-aral ay magkatulad. Patayuin ang mga mag-aaral at sabihin ang natutunan. Siguruhing gawin din nila ang mga kilos.

Ano Ang Walong Larawan na Makakatulong Sa Atin na Sundin si Hesus?
Sundalo, Tagahanap, Pastol, Magsasaka, Anak, Santo, Tagalingkod, Tagapagalaga

Pakarami
Ano ang tatlong bagay na ginagawa ng tagapangalaga?
Ano ang unang utos ng Diyos sa tao?
Ano ang huling utos ni Hesus sa tao?
Pano ako magiging mabunga at magpakarami?
Ano ang dalawang dagat na nasa Israel?
Ano ang pinagkaiba nila?
Alin ang gusto mo maging katulad?

Pag-ibig
Ano ang tatlong bagay ng ginagawa ng pastol?
Ano ang pinakamahalagang utos na ituro sa iba?
San nagmumula ang Pag-ibig?
Ano ang Simpleng Pagsamba?
Bakit tayo may Simpleng Pagsamba?
Ilang tao ang kailangan sa Simpleng Pagsamba?

Panalangin
Ano ang tatlong bagay na ginagawa ng santo?
Paano tayo dapat manalangin?
Paano tayo sasagutin ng Diyos?
Ano ang numero ng telepono ng Diyos?

Ano ang katulad ni Hesus?

—Lucas 19:10–Ang Anak ng Tao ay naparito upang hanapin at iligtas ang naligaw.

"Si Hesus ay isang Tagahanap. Hinahanap Niya ang mga naliligaw. Hinahanap Niya rin ang kalooban at kaharian ng Diyos sa Kanyang buhay."

Tagahanap
Ilagay ang kamay sa taas ng mga mata at iikot ang paningin na parang may hinahanap.

Ano ang Tatlong Bagay na Ginagawa ng Tagahanap?

—Marcos 1:37, 38–nang matagpuan siya ay sinabi nila, "Hinahanap po kayo ng mga tao." Ngunit sinabi Niya sa kanila, "Kailangang pumunta rin tayo sa mga karatig-bayan upang makapangaral ako roon. Ito ang dahilan ng pagparito ko."

1. Ang Tagahanap ay naghahanap ng bagong lugar.
2. Ang Tagahanap ay naghahanap ng naliligaw.
3. Ang Tagahanap ay naghahanap ng oportunidad.

"Si Hesus ay isang tagahanap at nananahan sa atin. Sa pagsunod natin sa Kanya, magiging tagahanap din tayo."

Paano Nagpasya si Hesus kung saan Mangaral?

—Juan 5:19, 20—Kaya't sinabi sa kanila ni Jesus, Pakatandaan ninyo na walang magagawa ang Anak sa kanyang sarili lamang; ang nakikita niyang ginagawa ng Ama ang siya lamang niyang ginagawa. Ang ginagawa ng Ama ay siya ring ginagawa ng Anak, sapagkat minamahal ng Ama ang Anak at ipinapakita sa Anak ang lahat ng ginagawa niya at higit pa sa mga ito ang mga gawang ipapakita sa kanya ng Ama upang kayo'y humanga.

"Sinabi ni Hesus, 'Wala akong magagawa nang mag-isa.'"

✋ Ilagay isang kamay sa puso at umiling ng "hindi".

"Sinabi ni Hesus, 'Tumitingin ako kung saan gumagawa ang Diyos.'"

✋ Ilagay ang isang kamay sa mata; maghanap sa kaliwa at kanan.

"Sinabi ni Hesus, 'Kung saan Siya gumagawa, sasamahan ko Siya.'"

✋ Tumuro sa harapan at tumango ng "oo".

"Sinabi ni Hesus said, 'At alam kong mahal Niya ako at ipapakita Niya ito.'"

✋ Itaas ang kamay sa papuri at ipagkrus sila sa puso.

Paano Tayo Magpapasya Kung Saan Mangangaral?

—1 Juan 2:5, 6—Ngunit ang tumutupad sa salita ng Diyos ay umiibig nang wagas sa Diyos. a Sa ganito, nalalaman natin na tayo'y talagang nasa kanya. 6Sinumang nagsasabing nananatili siya sa Diyos ay dapat mamuhay tulad ng pamumuhay ni Jesu-Cristo.

"Nagpapasya tayo kung saan mangangaaral tulad ni Hesus:

Wala akong magagawa nang mag-isa."

✋ Ilagay isang kamay sa puso at umiling ng "hindi".

"Tumitingin ako kung saan gumagawa ang Diyos."

✋ Ilagay ang isang kamay sa mata; maghanap sa kaliwa at kanan.

"Kung saan Siya gumagawa, sasamahan ko Siya."

✋ Tumuro sa harapan at tumango ng "oo".

"Alam kong mahal Niya ako at ipapakita Niya ito."

✋ Itaas ang kamay sa papuri at ipagkrus sila sa puso.

Paano Natin Malalaman Kung Gumagawa ang Diyos?

—Juan 6:44—Walang makakalapit sa akin malibang akayin siya sa akin ng Ama na nagsugo sa akin. At ang lalapit sa akin ay muli kong bubuhayin sa huling araw.

"Kung interesado kang matuto nang higit ukol kay Hesus, alam mong gumagawa ang Diyos. Sinasabi ng Juan 6:44 na ang Diyos lamang ang makakapagdala ng mga tao sa Kanya. Magtanong tayo, magtanim ng ispiritwal na binhi at tingnan kung may sagot. Kung meron, alam nating gumagawa ang Diyos."

Saan Gumagawa si Hesus?

—Lucas 4:18-19—Ang Espiritu ng Panginoon ay sumasaakin, sapagkat hinirang niya ako upang ipangaral sa mga mahihirap ang Magandang Balita. Isinugo niya ako upang ipahayag sa mga bihag na sila'y lalaya, at sa mga bulag na sila'y makakakita. Isinugo ako upang palayain ang mga inaapi, at upang ipahayag na darating na ang panahon ng pagliligtas ng Panginoon.

1. Ang mahihirap
2. Ang nakakulong
3. Ang maysakit (bulag)
4. Ang naaapi

"Si Hesus ay nangaral at nangangaral sa mga ganitong uri ng tao. Mahalagang tandaan, gayunman, na hindi siya nangaral sa bawat mahirap na tao o bawat naaaping tao. Sa ating sariling pagsisikap, gusto nating makatulong sa lahat. Tumingin si Hesus kung saan gumagawa ang Diyos at sinamahan Siya. Kelangan nating gawin din ito. Kung sinusubukan nating mangaral sa bawat naaaping tao, nanganangahugan lamang ito na gumagawa tayo nang mag-isa."

Saan Pa Gumagawa si Hesus?

"Alam mo bang mahal ng Diyos ang buo mong pamilya? Kagustuhan Niyang sila lahat ay maligtas at makasama Niya magpakailanman. Maraming halimbawa sa Bibliya kung saan niligtas ng Diyos ang buong pamilya:"

Nasapiang Lalaki—Marcos 5

"Ang nasapiang lalaki ay tuluyang nagbago. Gusto niyang sumama kay Hesus, ngunit pinabalik siya sa kanyang pamilya upang malaman nila kung anong nangyari. Maraming namangha sa ginawa ni Hesus sa mga karatig-bayan. Pag niligtas ng Diyos ang isang tao, gusto rin Niyang maligtas ang mga tao sa paligid niya."

Cornelio—Mga Gawa 10

"Sinabi ng Diyos kay Pedro na kausapin si Cornelio. Nang nagsalita sa Pedro, napuspos si Cornelio ng Espiritu at lahat ng nakarinig. Naniwala si Cornelio at pati na rin ang mga tao sa paligid."

Bantay ng Bilangguan sa Filipos—Mga Gawa 16

"Si Pablo at Silas ay nanatili sa bilangguan kahit na binuksan ng isang lindol ang mga pintuan. Namangha ang bantay ng bilangguan at naniwala sa Panginoong Hesus. Iniligtas din ng Diyos ang pamilya ng bantay.

Wag sumuko at magdasal na lahat na myembro ng iyong pamilya ay maliligtas at magsasama kayo magpakailanman!"

Berso

> *—Juan 12:26—Ang naghahangad na maglingkod sa akin ay dapat sumunod sa akin, at saanman ako naroroon ay pumaparoon din siya. Pararangalan ng Ama ang sinumang naglilingkod sa akin.*

- Tatayo ang lahat, at sasabihin ang berso ng sampung beses. Sa unang anim na beses, ang mag-aaral ay gagamit ng Bibliya o talaan. Sa huling apat na beses, sasabihin ito mula sa ala-ala. Sasabihin ng mag-aaral ang sanggunian bago ang berso at uupo pagkatapos.
- Makakatulong ito sa mga tagasanay upang malaman kung sino ang nakatapos ng leksiyon sa bahaging "Pagsasanay".

PAGSASANAY

- Paupuin ng magkaharap ang mga magkapares. Magpapalitan sila sa pagtuturo sa isa't isa ng leksiyon.

"Ang mas matangkad sa bawat pares ang magiging lider."

- Sundin ang *Paraan ng Pagsasanay ng mga Tagasanay* sa pahina 21.
- Ipagbigay-diin na gusto mong ituro ang lahat ng nasa bahaging "Aralin" tulad ng kung paano mo tinuro.

"Matanong, basahin ang Bibliya at sagutin ang mga tanong katulad ng aking ginawa sa inyo."

- Matapos ang mga mag-aaral na mag-ensayo sa pagsasanay sa bawat isa, pahanapin sila ng bagong kapares at magsanay muli. Pag-isipin ang mag-aaral kung sinong maaaring bahagian ng leksyon sa labas ng pagsasanay.

"Maglaan ng ilang sandali upang mag-isip kung sino maaari mong bahagian ng leksyon sa labas ng pagsasanay. Isulat ang kanyang pangalan sa taas ng unang pahina ng leksyon."

KATAPUSAN

Mapa ng Mga Gawa 29–Bahagi 2 ଓଃ

"Sa iyong mapa ng Mga Gawa 29, iguhit at pangalanan ang mga lugar kung saan gumagawa si Hesus. Kilalanin ang di kumulang sa limang lugar sa iyong mapa kung saan alam mong gumagawa si Hesus at markahan ng krus. Isulat kung paano gumagawa ang Diyos sa lugar."

8

Ibahagi

Ang *Pagbahagi* ay pinakikilala si Hesus bilang isang Sundalo. Ang sundalo ay lumalaban sa kaaway, nagtitiis sa paghihirap, at pinapalaya ang mga bihag. Si Hesus ay sundalo, kapag sinunod natin ang mga utos nya, tayo din ay maitatawag na sundalo.

Sa oras na tayo ay sumanib sa mga gawain ng Diyos, tayo ay makakatagpo ng pakikipagdigma sa ating spiritwal na buhay. Paano malalabanan ng mga nananalig si Satanas? Malalabanan natin sya dahil si Hesu Kristo ay namatay sa krus, ibinahagi ang ating testimonya, at hindi natatakot mamatay sa ating pananalig.

Ang makapangyarihang testimonya ay kasama sa paglalahad ng istorya ng aking buhay bago ko nakilala si Hesus, paano ko nakilala si Hesus, at ang kaibahan sa pamumuhay kasama si Hesu Kristo. Ang pagtestimonya ay mas epektibo pag nililimitahan natin ang pagbabahagi ng tatlo hanggang apat na minute, kapag hindi pareho sa edad (dahil ang edad ay hindi mahalaga) at paggamit ng mga salita na mas maiintindihan ng mga di pa nakakakilala kay Hesus upang maayos nila itong maintindihan.

Ang sesyon ay matatapos sa isang paligsahan kung sino man ang pinaka mabilis magsulat ng 40 na pangalan na naliligaw ng landas. Ang premyo ay ibibigay sa una, pangalawa at pangatlo mauuna, pero sa huli ang lahat ay makakatanggap ng premyo dahil lahat tayo ay "wagi" pag alam natin paano ang tamang paraan ng pagbibigay ng testimonya.

PAPURI

- Magsabi sa isang tao na ipanalangin sa presensya ng Panginoon at pagpapala
- Umawit kayo ng dalawang kanta o korus.

PANALANGIN

- Ayusin ang mga mag-aaral sa pares at dapat sila ay hindi magkakakilala.
- Bawat mag-aaral ay magbabahagi sa kanilang kapareha na sagutin ang mga katanungan:

    1. Paano natin mapapanalangin ang mga naliligaw ng landas na kilala mo upang maligtas.
    2. Paano natin mapapanalangin ang mga grupo na ating isinasanay.

- Kung ang kapares mo ay hindi pa nakakapagsimula magsanay, manalangin sa mga taong may potensyal sa kanilang baluwarte na maaari nilang simulan magsanay.
- Ang magkapareha ny manalangin ng sabay.

Pag-Aralan

Aralin

Bawat pagsusuri ng mga sesyon ay magkarapeho lamang. Magsabi sa mga mag-aaral na tumayo at magsalaysay ng kanilang mga pinag-aralan at natutunan. Pag-aralan ang apat na tinalakay.

Ano ang mga walong larawan na makakatulong sa atin na sundin si Hesus?

Sundalo, Tagahanap, Pastol, Tagahasik, Anak, Santo, lingkod, Taga-pangasiwa

Panalangin

Ano ang tatlong baagay na ginagawa ng Santo?
Paano tayo dapat manalangin?
Paano tayo sasagutin ng Panginoon?
Ano ang telepono ng panginoon?

Sundin

Ano ang tatlong bagay na ginagawa ng tagapag-lingkod?
Sino ang may pinakamataas na kapangyarihan?
Ano ang apat na utos ni Hesus sa bawat mananampalataya?
Paano natin susundin si Hesus?

Lakarin

Ano ang tatlong bagay na ginagawa ng anak?
Ano ang pinagmumulan ng kapangyarihan ng ministeryo ng panginoon?
Ano ang pangako ni Hesus sa mga mananampalataya tungkol sa banal na espiritu bago sa krus ng kalbaryo?
Ano ang pangako ni Hesus sa mga mananampalataya tungkol sa banal na espirito pagkatapos ng muling pagkabuhay?

Humayo
> Ano ang tatlong bagay na ginagawa ng tagahanap?
> Paano nagpasya si Hesus kung saan mag miministeryo?
> Paano dapat tayo magpapasya saan mag miministeryo?
> Paano natin malalaman kung saan si Hesus ay kumikilos?
> Saan ang ibang lugar si Hesus ay kumikilos?

Sino nga ba si Hesus?

> —Mateo 26:53—Hindi mo baa lam na makakahingi ako sa aking Ama nang higit pa sa labindalawang batalyon ng mga anghel at padadalhan nya ako agad? (CEV)

"Si Hesus ay Sundalo. Kaya nyang tawagin ang labindalawang batalyon ng anghel bilang tagapagtanggol dahil sya ang pinakammataas na Heneral ng hukbo ng panginoon. Sya ay nakipaglaban kay Satanas sa dimaang espiritwal at sa huli ay nagwagi ang sya laban sa Diablo na isa sa krus."

> Sundalo
> Itaas ang espada

Ano ang tatlong bagay na ginawa ng Sundalo?

> —Marcos 1:12-15—Pagkatapos noon, agad syang pinapunta ng Espiritu sa ilang.nanatili sya roon ng apatnapung araw, na tinukso ni Satanas. Maiilap na hayop ang naroon ngunit si Hesus ay pinaglilingkuran ng mga Anghel. Pagkatapos dakpin si juan, si Hesus ay nagtungo sa Galilea at ipinangaral ang mabuting balita mula sa Diyos. Dumating ang takdang panahon, at malapit na ang paghahari ng Diyos! Pagsisihan

ninyo't talikdan ang inyong mga kasalanan at maniwala kayo sa Mabuting balitang ito." (CEV)

1. Ang Sundalo ay naakikipaglaban sa kaaway.

    "Si Hesus ay lumaban sa kaaway at nagwagi".

2. Si Hesus ay nagtiis sa mga paghihirap.

    "Si Hesus ay nagtiis sa mga paghihirap ng sya ay nasa sanlibutan"

3. Ang mga Sundalo ay pinalaya ang mga bihag.

    "Ang kaharian ni Hesus ay darating upang mapalaya ang mga bihag"

"Si Hesus ay Sundalo. Inuutusan nya ang hukbo ng Panginoon at lumalaban kay Satanas sa digmaang pang-espiritwal. Nagtagumay si Hesus para sa atin sa pamamagitan ng pagka pako sa krus. At ngayon na si Hesus ay nananahan sa ating buhay, tayo din ay maitatawag na matagumpay din na Sundalo. Tayo din ay lalaban sa digmaan espiritwal, magtitiis sa paghihirap upang paglingkuran ang ating Kumander, upang maligtas ang mga naliligaw ng landas."

Paano natin matatalo si Satanas?

—Pahayag 12:11—nagtagumpay sila laban sa diyablo sa pamamagitan ng dugo ng kordero at ng kanilang pagsaksi sa katotothanan; hindi sila nanghinayang sa kanilang buhay". (NLT)

SA PAMAMAGITAN NG DUGO NG TUPA

"Ating masusupil si Satanas dahil sa dugo ni Hesus na nakalagay sa krus ng kalbaryo. Tayo ay higit pa sa manlulupig sa pamamagitan nya at sa kanyang mga nagawa para sa sanlibutan".

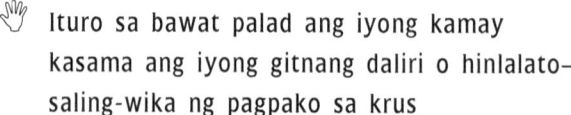

Dugo ng Tupa
Ituro sa bawat palad ang iyong kamay kasama ang iyong gitnang daliri o hinlalato-saling-wika ng pagpako sa krus

"Habang ika'y nakakaranas ng digmaang pang-espiritwal, laging pakatandaan na natalo na ni Hesus si Satanas sa krus ng kalbaryo! Si Satanas ay nanginginig, natatakot at umiiyak pag nikikita nya si Hesus. Nagmamakaawa sya na pabayaan na sya mag-isa.

Mabuting balita na si Hesus ay nananahan sa ating buhay. Kaya naman, sa tuwing makikita ni Satanas si Hesus sa ating buhay, si Satanas ay nagsisimula ng manginig, matakot at umiyak ng parang bata. Si Satanas ay isang natalong kalaban dahil sa pagpako ni Hesus sa krus! Wag ito kakalimutan: Gaano man kahirap ang iyong pinagdaraanan, tayo ay magwawagi! Tayo ay magwawagi! Tayo ay magwawagi!

ATING TESTIMONYA

Kaya natin masupil si Satanas gamit ang makapangyarihang sandata ng ating testimonya. Wala nino man ang makakatalo sa ating testimonya patungkol sa mga ginawa ni Hesus sa ating buhay. Maaari natin itong gamiting sandata anumang oras o lugar.

Ibahagi

Testimonya
 Takpan ng kamay ang bibig na para bang ika'y nakikipag-usap sa isang tao.

HINDI TAKOT MAMATAY

Nakatitityak ang ating buhay na walang hanggan kasama ang panginoon. Mainam mabuhay ng kasama sya; ang pananatili dito ay kinakailangan upang maipahayag ang magandang balita. Hindi tayo maaaring matalo.

Hindi takot mamatay
 Ipagtabi ang pulso, na parang naka kadena.

Ano Ang Makapangyarihang Paraan Ng Testimonya?

AKING BUHAY BAGO KO NATAGPUAN SI HESUS

Dati
 Ituro sa bandang kaliwa sa iyong harapan

"Ilarawan mo ang iyong buhay bago ka naging mananampalataya. Kung ikaw ay lumaki sa isang kristyanong pamumuhay, ang mga hindi nananalig ay magigigng interesado na malaman ano nga ba ang buhay kristyano".

PAANO KO NATAGPUAN SI HESUS

Paano
 Ituro sa gitana sa iyong harapan

"Ilarawan mo paano ka naging mananampalataya ni Hesus at sundin sya".

ANG AKING BUHAY SIMULA NANG MAKILALA KO SI HESUS

☝ Humarap sa bandang kanan at igalaw ang iyong mga kamay paitaas at pababa

"Ilarawan mo ang iyong buhay nang makilala mo si Hesus at simula ng magbalik loob ka at ang tunay na ibig sabihin sa iyo ng relasyon mo sa panginoon"

HUMINGI NG KATANUNGAN

"Sa pagtatapos ng iyong testimonyo, magtanong sa isang tao, Gusto mo pa bang makarinig patungkol sa pagsunod kay Hesus? Ito ay, Ang Panginoon nga ba ay kumikilos? Magtanong."

☝ Ituro sa iyong templo—na parang ika'y nag iisip patungkol sa katanungan

"Pag sinabing 'oo', alam mo na ang Panginoon ay kumikilos sa sitwasyong iyon. Tanging ang Panginoon lamang ang makapipili ng mga tao sa kanya. Sa puntong ito, magbahagi pa sa kanila patungkol sa pagsunod kay Hesus.

Pag sinabing 'hindi', ang Panginoon ay kumikilos, ngunit hindi pa sila handa na sumagot sa kanya. Tanungin sila na ipanalangin sila ng mga biyaya, gawin into ayon sa iyong pmamaaraan."

Ano ang mga mahahalagang bagay na kailangan sundin sa pagsunod

LIMITAHAN ANG PAUNANG TESTIMONYA NG TATLO HANGGANG APAT NA MINUTO

"Maraming taong naliligaw ng landas sa sanlibutan: paglilimita ng paunang testimonya ay magpapatunay sino nga ba ang sumasang-ayon at sino ang hindi. Sa pangkalahatan, sundin ang pangunguna ng banal na Espirito ang mga bagong mananampalataya ay makakaranas ng higit na ginhawa sa pagbabahagi na may tatlo hanggang apat na minute lamang hindi tatlo o apat na oras!"

HUWAG IHAYAG ANG IYONG EDAD NANG IKAW AY NAGSIMULA MAGING MANANAMPALATAYA

"Ang iyong edad ng makilala mo si Hesus ay hindi mahalaga, bagkus makapagbibigay ito ng maling mensahe sa pagbababhagi mo ng iyong testimonya. Kung sila ay mas bata nang ikaw ay naging mananampalataya, iisipin nila na maaari itong maghintay. Kapag naman mas matanda sila ng ikaw ay naging mananampalataya, iisipin nila na may nasayang silang pagkakataon. Ang sabi ng Bibliya, *ngayon* ang araw ng Kaligtasan. Pagsabi ng edad ay maaaring walang magandang dulot at pagkalito ng sitwasyon."

HUWAG GUMAMIT NG SALITANG PANG KRISTYANO

"Matapos ang tao ay maging mananampalataya sa maikling panahon, nagsisimula na silang gumamit ng mga salitang na ginagamit ng mga kristyano. Mga kasabihan tulad ng 'Linisin sa dugo ng tupa, o 'Lumakad sa pasilyo' o pakikipag-talastasan sa pastor ay para bang ibang lenggwahe sa mga hindi mananampalataya. Maaari tayong gumamit ng kaunting salita ng pang kristyano upang sa lahat ng binabahagi nating testimonya ay maunawaan ng mabuti ang salita ng Diyos ng maayos."

Pagsaulo ng bersikulo

> *—1Corinto 15:3-4—Sapagkat ibinigay ko sa inyo itong pinaka mahalagang aral na tinanggap ko rin: si Cristo'y namatay dahil sa ating mga kasalanan, bilang katuparan na nagsasaad sa Kasulatan. Inilibing sya at muling nabuhay sa ikatlong araw ayon din sa Kasulatan.*

- Bawat isa ay tumatayo at sabay-sabay nagbabanggit ng sasauluhing bersikulo ng sampung beses. Sa unang anim ng beses, ang mag-aaral ay gumagamit ng kanilang bibliya, o kanilang mga tala. Ang huling apat na beses, binabanggit ang bersikulo gamit ng kanilang memorya. Ang mga mag-aaral ay nararapat lamang sabihin kung saan ang pinagmulan ng bersikulo mula sa simula at paupo pag ito ay matapos.

PAGSASANAY

- Ihayag sa mga mag-aaral na nais ninyo na isulat nila ang kanilang testimonya sa isang kwaderno gamit ang balangkas na ibibigay sa kanila. Sabihin sa kanila na mayroon lamang silang 10 minuto gawin ito, at ikaw ay tatawag sa grupo upang ibigay ang kanyang testimoya.
- Sa pagtatapos ng sampung minuto, sabihin sa mga mag-aaral na ibaba na ang kanilang mga panulat. Sabihin sa kanila na ikaw ay tatawag sa grupo nila upang magbahagi

Ibahagi

ng kanyang testimonya. Tumigil ng ilang Segundo, at sabihin na ikaw ay magbibigay ng testimonya sa grupo. At ito ay magbibigay ginhawa sa kanila.

- Ibahagi ang iyong testimonya gamit ang alintuntunin at pamamaraan sa itaas. Sa pagtatapos ng iyong testimonyo, manumbalik sa alintuntunin at pamamamraan ng sunod-sunod, at tanungin ang mga mag-aaral kung nagawa mo ito ng tama.
- Sa panahon ng "pagsasanay" na parte ng leksiyon na ito, ikaw ay gagamit ng relo upang orasan ang mga mag-aaral. I grupo ang mga mag-aaral ng pares at sabihin na mayroon silang tatlong minuto na maibahagi ang kanilang mga sariling testimonya.

"Ang "Pinaka malakas nag boses" ang magiging lider, at sya ang mauuna".

- Orasan ang unang tao sa pares at magsabi ng "tigil" pag natapos na ang tatlong minutong marka. Itanong sa mag-aaral kung sumunod ba sila sa mga pamamaraan at apat na alintuntunin para sa makapangyarihang testimonya. Matapos iyon ang sumunod naman ang kapareho na gayundin ay bibigyan ng tatlong minuto upang isalaysay ang kanyang testimonya. Maulit iyon ay tanungin sila patungkol sa kanilang mga reaksyon at opinion.
- Matapos magbahagi ng magkapareha, bigyan ng pagkakaktaon upang maghanap ng bagong kapareho ang isat-isa, alamin ang may pinaka malakas na boses, at magsanayulit magbigay ng testimonya. Subukan hatiin ang grupo ng pares ng apat na beses.
- Matapos turuan ang bawat isa ng leksiyon, sabihin na mag isip sila ng isang tao na mababahagian nila ng kanilang testimonya pagkatapos ng pagsasanay. Ipasulat ang pangalan nito sa bandang itaas ng harapan ng kanilang mga tala sa kanilang kaderno.

Asin at Asukal ↷

Gamitin itong larawan sa oars ng pagbibigay ng opinyon upang mabigyang importansya ang halaga ng pagbibigay ng testimonya na galing sa puso.

> "Sariwa, hinog na prutas ay nakakasigurong masarap! Ito ay msarap sa bibig at nagbibigay kasiyahan. Kapag naiisip ko ang tungkol sa pinya, dilaw at matamis, ako ay natatakam. May alam akong paraan upang mapasarap ang prutas. Kahit na! Madagdag ng kaunting asukal, asin o maanghang na paminta. Uhhhmmmmmmm. At ito ay siguradong masarap na! Titikman ko na ito ngayon!
>
> Sa parehong pamamaraan, sa panahon ng nagtuturo ka ng iyong leksiyon, o magbahagi ng salita ng diyos, ang salita ng Panginoon ay laging mabuti para sa atin, tulad ng prutas. Kinakailangan nating tikman at Makita na ang Panginoon ay mabuti. Gayunman, pag ika'y nagbabahagi ng galing sa puso ng may emosyon, tulad ng pagdagdag ng asukal, asin at maanghang na paminta sa prutas. Ito ay nagiging espesyal at malinamman.
>
> Kaya naman kapag ikaw ay magbabahagi sa iyong kapareha sa susunod na pagkakataon, gusto kong dagdagan mo ito ng asin, asukal at maaanghang na paminta sa iyong mga sasabihin".

Pagtatapos

Sino ang may pinaka mabilis na makapagbibigay ng 40 na taong naliligaw ng landas? ∞

- Ipalabas ang kanilang kwaderno at lagyan ng numero ng una hanggang 40.

  "Tayo ay magkakaroon ng paligsahan, at bibigyan ng premyo ang mauuna, pangalawa at pangatlong pinaka mabilis".

- Sabihin sa kanila pag sinabi mo ng "simulan na" ay simulan na nila ang magsulat 40 na hindi mananampalataya na kilala nila. Kung hindi man nila maalala ang pangalan nito, ilagay nalang na "ang barbero" o kaya naman "ang mensahero". Siguraduhin na walang magsisimula habang hindi ka pa nagbibigay ng hudyat.
- Ang iba ay matutukso na magsimula matapos ang pagbibigay mo ng direksyon. Ang pagtaas ng kanilang panulat ay makakatulong habang ika'y nagbibigay ng instruksyon.
- Simulan ang paligsahan at tumayo kapag sila ay natapos na sa kanilang listahan. Magbigay ng pa premyo sa una, pangalawa at pangatlong mauunang makakatapos.

"Mayroong dalawang dahilan kung bakit ang mananampalataya ay di nakakabahagi ng kanilang pananalig: hindi nila alam kung paano, at hindi nila alam kanino nila ibabahagi ang salita ng Diyos. Sa leksiyon na ito, kinakailangan nating solusyunan ang problemang ito. Ngayon ay alam mo na paano ibahagi ang salita ng Diyos at kanino ito maibabahagi."

- Magpalagay ng bituin sa gilid ng limang pangalan sa kanilang listahan kung saan ay magbabahagi sila ng kanilang testimonya. Hikayatin sila na gawin na ito sa susunod na lingo.

  "Tingnan ang iyong kamay. Ang iyong limang daliri ang mag-papaalala sa liamng taong iyong ipapanalangin sa pang araw-araw. Kapag ikaw ay naghuhugas ng plato, nagsusulat, nag ta type sa kompyuter, hayaan ang iyong limang daliri na magpaalala sa iyo manalangin."

- Sabihin sa mga mag-aaral na mag-laan ng oras sa pananalangin ng kanilang nailista sa grupo.
- Pagkatapos manalangin, bigyan ang bawat isa ng kendi bilang premyo at magsabing "tayo ngayon ay panalo dahil alam natin paano magbahagi ng salita ng Diyos at magbahagi sa ating buhay.

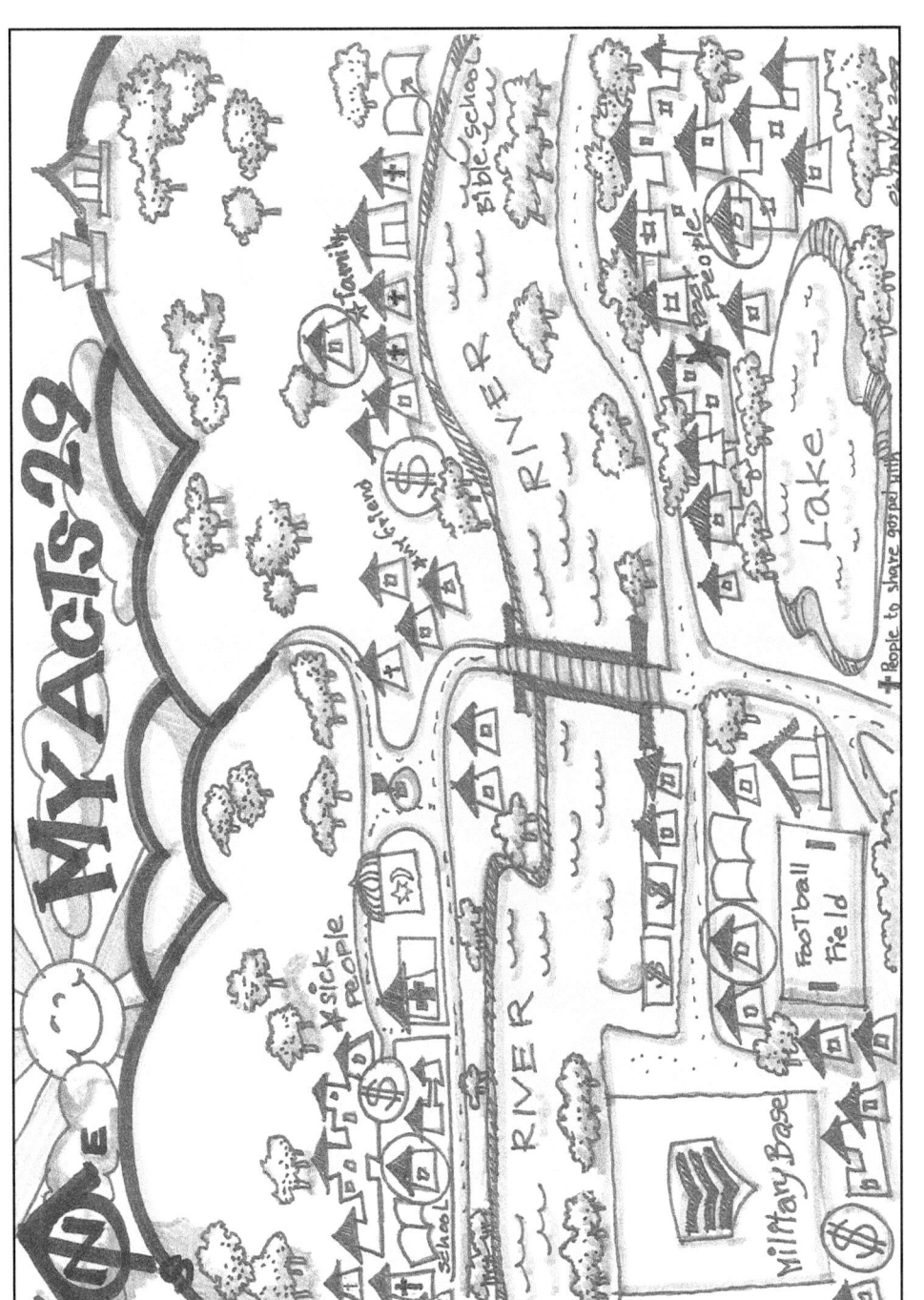

9

Magsaka

Ang pagsaka ay maitutulad kay Hesus bilang isang magsasaka. Ang magsasaka ay nagpupunla ng mga binhi, namamahala ng bukid, at nagbubunyi sa kanilang mga ani. Si Hesus ay isang magsasaka ay sya ay nabubuhay sa atin; pag sinunod natin sya, tayo rin may magiging mga magsasaka. Pag tayo ay nagtanim ng kaunti, ang ating aanihin ay kakaunti. At pag tayo ay nagtanim ng marami, ang ating aanihin ay tiyak na marami.

Ano ang kailangan natin itanim sa buhay ng mga tao? Ang simpleng salita ng Diyos ay makabagbabago ng kanilang buhay at makapa-nunumbalik sa tahanan ng Diyos. Sa oras ng malaman natin na ang Diyos ay kumikilos sa buhay ng tao, tayo ay makakabahagi sa kanila ng salita ng Diyos. Alam natin na ito ay kapangyarihan ng Panginoon na magliligtas sa kanila.

Magpuri

- Magsabi sa isang tao na magdasal para sa presensya ng Panginoon at biyaya.
- Umawit kayo ng dalawang kanta o korus.

Panalangin

- Ayusin ang mga mag-aaral sa pares at dapat sila ay hindi magkakakilala.
- Bawat mag-aaral ay magbabahagi sa kanilang kapareha na sagutin ang mga katanungan:

    1. Paano natin mapapanalangin ang mga naliligaw ng landas na kilala mo upang maligtas.
    2. Paano natin mapapanalangin ang mga grupo na ating isinasanay.

- Kung ang kapares mo ay hindi pa nakakapagsimula magsanay, manalangin sa mga taong may potensyal sa kanilang baluwarte na maaari nilang simulan magsanay.
- Ang magkapareha ny manalangin ng sabay.

Pag-Aralan

Aralin

Bawat pagsususri ng mga sesyon ay magkarapeho lamang. Magsabi sa mga mag-aaral na tumayo at magsalaysay ng kanilang mga pinag-aralan at natutunan. Pag-aralan ang apat na tinalakay.

Ano ang mga walong larawan na makakatulong sa atin na sundin si Hesus?

Sundalo, Tagahanap, Pastol, Tagahasik, Anak, Santo, lingkod, Tagapangasiwa

Panalangin

Ano ang tatlong baagay na ginagawa ng Santo?
Paano tayo dapat manalangin?
Paano tayo sasagutin ng Panginoon?
Ano ang telepono ng panginoon?

Sundin

Ano ang tatlong bagay na ginagawa ng tagapag-lingkod?
Sino ang may pinakamataas na kapangyarihan?
Ano ang apat na utos ni Hesus sa bawat mananampalataya?
Paano natin susundin si Hesus?

Lakarin

Ano ang tatlong bagay na ginagawa ng anak?
Ano ang pinagmumulan ng kapangyarihan ng ministeryo ng panginoon?
Ano ang pangako ni Hesus sa mga mananampalataya tungkol sa banal na espiritu bago sa krus ng kalbaryo?
Ano ang pangako ni Hesus sa mga mananampalataya tungkol sa banal na espirito pagkatapos ng muling pagkabuhay?

Humayo

Ano ang tatlong bagay na ginagawa ng tagahanap?
Paano nagpasya si Hesus kung saan mag miministeryo?
Paano dapat tayo magpapasya saan mag miministeryo?
Paano natin malalaman kung saan si Hesus ay kumikilos?
Saang lugar si Hesus ay kumikilos?

Sino nga ba si Hesus?

—Mateo 13: 36-37–Pagkatapos, iniwan ni Hesus ang mga tao at pumasok sa bahay. Lumapit ang kanyang mga alagad at sinabi sa kanya, "ipaliwanag po ninyo sa amin ang talinghaga tungkol sa masasamang damo sa bukid". Ito ang tugon ni Hesus, " Ang Anak ng Tao ang naghahasik ng mabuting binhi".

"Si Hesus ang taga tanim at Diyos ng pag-aani"

Taga-tanim
✋ Inihahasik ang mga binhi gamit ang kamay

Ano ang tatlong bagay na ginagawa ng taga-tanim?

—Marcos 4: 26-29–Sinabi parin ni Hesus, ang paghahari ng Diyos ay maitutulad sa isang naghahasik ng binhi sa kanyang bukid. Pagkatapos niyon, magpapatuloy sya sa kanyang pang-araw araw na Gawain; tutubo at lalago ang binhi nang hindi nya nalalaman kung paano. Ang Lupa'y syang nagpapasibol at nagpa bunga sa mga pananim: usbong muna, saka uhay na pagkatapos ay mahihitik sa mga butil. Pagkahinog ng mga butyl, agad nitong ipagagapas sapagkat dapat ng anihin. (CEV)

1. Ang Taga-tanim ay nagpupunla ng mga magagandang binhi.
2. Ang Taga-tanim ay namamahala ng kanilang bukid.
3. Ang Taga-tanim ay nag-aasam ng ani.

"Si Hesus ay isang Taga-tanim at sya ay nananahan sa ating buhay. Nagtatanim sya ng magagandang binhi sa ating puso, habang si Satanas ay nais na magtanim ng masasamang binhi. Ang binhi na tinatanim ni Hesus ay magbubunga ng buhay na walang hanggan. Pag sinunod natin sya, tayo rin ay magiging taga-tanim tulad nya. Tayo ay magtatanim ng magagandang binhi ng ebanghelyo. Tayo ay mamamahala ng kanyang bukid na kanyang pinadala, at mag-aasam ng magandang ani."

Ano ang Ebanghelyo ng Panginoon?

—Lucas 24: 1-7—Umagang-umaga nang araw ng Lingo, ang mga babae'y nagtungo sa libingan, dala ang mga pabangong inihanda nila. Nang dumating sila, naratnan nilang naigulong na ang batong nakatakip sa pintuan ng libingan. Ngunit ng pumasok sila, wala ang bangkay ng Panginoong Hesus. Samantalang nagugulo ang kanilang isip tungkol dito, nakita nila't sukat sa tabi nila ang dalawang lalaking nakakasilaw ang damit. Dahil sa matinding takot, sila'y lumuhod, sayad ang mukha sa lupa. Tinanong sila ng mga lalaki " Bakit ninyo hinahanap ang buhay sa gitna n mga patay?" Wala na siya rito-siya'y muling nabuhay. Alalahanin ninyo ang sinabi nya sa inyo noong nasa Galilea pa sya. 'Ang anak ng Tao ay kinakailangang maipagkanulo sa mga makasalanan at maipako sa krus at sa ikatlong araw ay muling mabubuhay.

UNA

"Ang Panginoon ay lumikha ng perpektong Mundo"

✋ Gumawa ng malaking bilog sa iyong kamay.

"Sya ay lumikha ng Tao at ginawang parte ng kanyang pamilya"

✋ Ipalakpak ang kamay

PANGALAWA

"Hindi sinunod ang tao ang Panginoon at nagdala ng pighati sa sangkatauhan".

✋ Itaas ang kamao na para bang makikipag-away

"Kayanaman, ang tao ay kinakailangan iwanan ang tahanan ng Diyos".

PANGATLO

"Ipinadala ng Panginoon ang kayang bugtong na anak na si Hesus. At siya ay nabuhay ng perpekto".

✋ Ilagay ang kamay sa itaas ng ulo at ibaba ang ulo.

"Si Hesus ay namatay dahil sa ating mga kasalanan".

✋ Ilagay ang daliri sa bawat kamay ng iyong mga palad.

"Sya ay inilibing".

✋ Hwakan ang kanang siko gamit ang kanang kamay na para bang ika'y nililibing.

"Ang panginoon ay muling nabuhay sa ikatlong araw"

✋ Itaas ang braso gamit ang tatlong daliri.

"Ang Panginoon ay nakita si Hesus, na nagsakripisyo sa ating mga kasalanan at tinanggap ito".

✋ Ibaba ang iyong mga kamay at humarap palabas, at itaas ang iyong mga braso at i korteng krus ito sa iyong bandang puso.

PANG-APAT

"Sa mga naniwala na ang anak ng DIyos si Hesus at binayaran nya an gating mga kasalanan....".

✋ Itaas ang iyong kamay sa mga taong naniniwala

"Magsisi sa kanilang kasalanan..."

✋ Ang palad ay palabas na tinatakpan ang mukha, at at ang mukha ay ilalabas.

".... at hilingin na maligtas...."

✋ Takpan gamit ang kamay

" ay tinatanggap sa bumalik sa tahanan ng Diyos"

✋ Magpalakpakan ang kamay

"Ikaw ba ay handa ng manumbalik sa tahanan ng diyos? Tayo ay sabay manalangin. Sabihin sa Panginoon na ikaw ay naniniwala na nilikha nya ang sanlibutan at ipinadala ang kanyang bugtong na anak at namatay dahil sa ating mga kasalanan. Magsisi sa iyong mga kasalanan, at hilingin sa kanya na tanggapin kang muli sa tahanan ng Diyos."

- Mahalaga! Sa oras na ito tiyakin na lahat ng taong iyong sinasanay ay tunay na mananampalataya. Bigyan sila ng pagkakataon na tumugon sa mga katanungan," handa kana ban a manumbalik sa tahanan ng Panginoon?
- Ulitin ang presentasyon ng salita ng Diyos ng ilang beses sa mga mag-aaral hanggang sa makabisado nila ang pagkakasunod-sunod. Sa ating karanasan, karamihan sa mga mananampalataya ay hindi alam paano nga ba magbahagi ng kanilang pananampalataya, mag laan ng oras at siguraduhing ang lahat ay malinaw ang tungkol sa ebanghelyo.
- Tulungan ang mga mag-aaral na alamin ang pagkakasunod-sunod at mga galaw sa "pag-aayos" ng mga itinuturo. Magsimula sa pinaka una bahagi at ulitin ito ng ilang beses. At aralin ang una at pangalwang bahag ng sabay ng ilang beses. Matapos iyon, ibahagi naman ang pangatlo at ulitin ng ilang beses. Matapos iyon ay gawin na ang una, pangalawa at pangatlong bahagi ng sabay-sabay. At ang huli, ituro ang ika-apat na bahagi at aralin ito ng ilang beses. Matapos iyon ay ang mga mag-aaral ay kaya nang ulit ulitin ang pagkasunod-sunod at ang mga galaw nito at kaya na nila itong ipakita ng tama.

Pagsaulo ng Bersikulo

> —Lucas 8:15— *"Ang mga nahasik naman ng matabang lupa'y ang mga nakinig ng salita. Iningatan nila ito sa kanilang pusong tapat at malinis at sila'y nagtitiyaga hanggang sa mamunga."*

- Bawat isa ay tumatayo at sabay-sabay nagbabanggit ng sasauluhing bersikulo ng sampung beses. Sa unang anim ng beses, ang mag-aaral ay gumagamit ng kanilang bibliya, o kanilang mga tala. Ang huling apat na beses, binabanggit ang bersikulo gamit ng kanilang memorya. Ang mga mag-aaral ay nararapat lamang sabihin kung saan ang pinagmulan ng bersikulo mula sa simula at paupo pag ito ay matapos.

Pagsasanay

- Basahing mabuti! Ang pagsasanay patungkol sa pagtanim na leksiyon ay iba sa mga kaninang pagsasanay.
- Hilingin ang bawat isa na humarap sa kanilang mga kapareha sa panalangin. Ang bawat mag-aaral ay marapat lamang na ulitin ang salita ng Diyos ng sabay habang isinasagawa ang paggalaw ng kamay.
- Kapag natapos na ang unang pares, ang ay maghanap ng bagong kapareha, magkaharap habang nakatayo, at sabay sabihin ang salita ng Diyos at paggalaw ng kamay.
- Matapso ang pangalawang pares, ang mag-aaral ay patuloy na maghanap ng bagong kapareha matapos nila sabihin ang salita ng Diyos, kasama ang paggalaw ng kamay, na may walong kapareha.

- Kapag natapos na ang mag-aaral sa ika-walo nyang kapareha, hilingin ang bawat isa na sabihin ang salita ng Diyos kasama ang pagglawa ng kamay ng magkakasama. Ikaw ay hahanga sa pagiging bihasa mo sa aktibidad na ito dahil sa pagsasanay nyo ng ilang beses.

PAKATANDAAN NA MAGTANIM NG BINHI NG SALITA NG DIYOS!

"Pakatandaan na magtanim ng binhi ng salita ng Diyos. Kung hindi ka magtatanim ng mga binhi, wala kang aanihin. Kapag ika'y nagtanim ng kakaunti, ikaw din ay mag-aani ng kaunti. Kung ikaw ay magtatanim ng maraming binhi, ang Panginoon ay bibiyayaan ka sa maraming ani. Anong ani ang gusto mo?

Kapag ikaw ay nagtanong sa isang tao kung gusto nila matuto pa ang patungkol sa pagsunod kay Hesus, at pag sinabing 'oo' kung gayon, oras na para magtanim ng binhi ng salita ng Diyos. Ang Diyos ay kumikilos sa kanilang buhay!

Magtanim ng binhi ng salita ng Diyos. Walang pagtatanim= walang aanihin. Si Hesus ay taga-tanim, at sya ay nananais sa magandang ani.

Mag-isip ng ilang sandali at umisip ng taong iyong matuturuan sa labas ng inyong pagsasanay. Ilagay ang pangalan nito sa unahang bahagi ng iyong leksiyon."

Pagtatapos

Nasaan ang Gawa 29:21? ☙

"Hanapin sa inyong bibliya ang Gawa 29:21"

- Ang mga mag-aaral ay sasabihing mayroon lamang 28 ana kabanata ng Gawa.

"Ang aking bibliya ay may Gawa 29".

- Pumunta sa harapan ang ilang mag-aaral. Pumunta sa katapusan ng kabanata 28 sa kanilang bibliya at sabihin na mayroon din silang Gawa 29.

"Ngayon ay Gawa 29. Ang Panginoon ay tinatandaan ano nga ba ang ginagawa ng banal na Espirito sa ating buhay. At bukas-makalawa, ay atin itong mababasa. Ano ang iyong nais sabihin? Ano ang iyong pananaw? Ang mapa na ating kinikilos ay 'mapa ng Gawa 29' At ang ating pananaw ano nga ba ang gusto gawin ng Panginoon sa ating buhay. Gusto ko ibahagi ang aking pananaw sa Gawa 29 sa inyo."

- Ibahagi ang iyong pananaw sa Gawa 29 sa inyong grupo. Siguraduhin na isinama ang dalawang konsepto ng tao: ang mananampalataya at hindi mananampalataya. Ang Panginoon aay nais na ibahagi natin ang kanyang salita at sanayin ang bawat mananampalataya na paano sundin si Hesus at at ibahagi ang kanilang pananampalataya.

"Ang mapa ng Gawa 29 ay nagpapakita ng krus ni Hesus na kailangan nating dalhin. Ngayon ay gusto natin pumasok sa banal na oras sa pagpapakita ng ating mapa, manalangin sa bawat isa, at ibigay sa Panginoon ang ating buhay".

MAPA NG GAWA 29 — Ikatlong Bahagi ✎

- Hilingin sa bawat mag-aaral na bumilog a hindi bababa sa tatlong lokasyon sa bagong disipulo ng kanilang mapa. Kinakailangan nila na magsulat ng kanilang lider at ang mangunguna sa kanlang grupo.
- Kapag sila ay nagsimula na sa kanilang grupo, magdiwang at ilagay ito ssa kanilang mapa. Kung hindi pa sila nagsisimula, tulungan silan intindihin kung saan kumikilos ang Panginoon.
- Ito ang huling pagkakataon para maghanda ng kanilang mapa bago nila ito ipakita. Mag-laan ng ilang oras kung kinakailangan.

10

Kunin

Kunin, ito ang pagtatapos ng sesyon ng pag-aaral. Si Hesus ay inuutusan tayo na kunin at ating krus at sundin sya araw-araw. Ang mapa ng Gawa 29 ay isang larawan ng krus na ang bawat isa ay kinakailangan dalhin.

Sa huling sesyon, ang mga mag-aaral ay maaaring ipakita ang mapa ng Gawa 29 sa kanilang grupo. Pagkatapos ng bawat presentasyon, ang grupo ay itataas ang kanilang kamay sa magpapakita ng mapa ng Gawa 29, at manalangin para sa biyaya ng Panginoon at ihatid ang kanilang ministeryo. Ang grupo ay susubukin ang mga nag nagpakita na ulitin ang kanilang utos. "Kunin ang iyong Krus, at sundin si Hesus," ng tatlong beses. Ang mga mag-aaral ay ipapakita ang kanilang mapa ng Gawa 29 hanggang sila ay matapos. Ang oras ng pagsasanay ay matatapos sa awit pagsamba ng pangako upang ang mga disipulo at wakas na panalangin kasama ang kanilang lider.

Magpuri

- Magsabi sa isang tao na magdasal para sa presensya ng Panginoon at biyaya.
- Umawit kayo ng dalawang kanta o korus.

Panalangin

- Hilingin sa isang kinikilalang spiritwal na pinuno sa isang grupo na manalangin sa biyaya ng Panginoon sa espesyal na oras ng pangako.

Aralin

Ang bawat sesyon ay magkapareho lamang. Hilingin na ang bawat isa ay tumayo at sabihin ang kanilang mga natutunan. Siguraduhin na gawin nila ang galaw ng kamay. Ang pag-aaral na ito ay nilalaman ng lahat ng sesyon.

Ano ang mga walong larawan na makakatulong sa atin na sundin si Hesus?

Sundalo, Tagahanap, Pastol, Tagahasik, Anak, Santo, lingkod, Tagapangasiwa

Dumami

Ano ang tatlong bagay na ginagawa ng tagpangasiwa?
Ano ang unang utos ng Diyos sa tao?
Ano ang huling utos ni Hesus sa mga tao?
Paano akong magbubunga at dadami?
Ano ang dalawang dagat na matatagpuan sa Israel?
Bakit sila naiiba sa isat-isa?
Ano ang mas gusto mo?

Pag-ibig

Ano ang tatlong bagay na ginagawa ng pastol?
Ano ang pinaka mahalagang utos upang turuan ang iba?
Saan nanggagaling ang pagmamahal?
Ano ang Pagsamaba?
Bakit kailangan natin magsamba?
Ilang tao ang kinakailangan upang magsamba?

Dasal

Ano ang tatlong bagay na ginagawa ng santo?
Paano dapat tayo manalangin?
Paano tayo masasagot ng Panginoon?
Ano ang numero ng Panginoon?

Sundin

Ano ang tatlong bagay na ginagawa ng taga-paglingkod?
Sino ang may pinakamataas na kapangyarihan?
Ano ang apat n autos na ibinigay ni Hesus sa bawat mananampalataya?
Paano natin dapat sundin si Hesus?
Ano ang pangako na sinabi ni Hesus sa bawat mananampalataya?

Lakarin

Ano ang tatlong bagay na ginagawa ng anak?
Ano ang pinagmumulan ng kapangyarihan ng ministeryo ng panginoon?
Ano ang pangako ni Hesus sa mga mananampalataya tungkol sa banal na espiritu bago sa krus ng kalbaryo?
Ano ang pangako ni Hesus sa mga mananampalataya tungkol sa banal na espirito pagkatapos ng muling pagkabuhay?
Ano ang apat n autos na kailangan sundin patungkol sa banal na espirito?

Humayo

Ano ang tatlong bagay na ginagawa ng tagahanap?
Paano nagpasya si Hesus kung saan mag miministeryo?
Paano dapat tayo magpapasya saan mag miministeryo?
Paano natin malalaman kung saan si Hesus ay kumikilos?
Saang lugar si Hesus ay kumikilos?
Ano ang ibang lugar kung saan si Heus ay kumikilos?

Ibahagi

Ano ang tatlong bagay na ginagawa ng sundalo?
Paano natin malalabanan si Satanas?
Ano ang pinakamakapangyarihang pamamaraang testimonya?
Ano ang mga ilang alintuntunin na kailangan sundin?

Magtanim

Ano ang tatlong bagay na ginagawa ng taga-tanim?
Ano aang salita ng diyos na ating ibinabahagi?

PAG-ARALAN

Ano ang utos ni Hesus sa kanyang Taga-sunod na gawin sa pang araw-araw?

> *—Lucas 9:23—At sinabi nya sa lahat, "kung ibig ninuman sumunod sa akin, limutan nya ang ukol sa kanyang sarili, pasanin araw-araw, ang kanyang krus, at sumunod sa akin.*

"Tanggihan ang sarili, kunin ang iyong krus, at sundin si Hesus".

Ano ang apat na tinig na tumatawag sa atin upang kunin an gating krus?

ANG TINIG SA ITAAS

—Marcos16:15–At sinabi ni Hesus sa kanila, "humayo kayo sa buong sanlibutan at ipangaral ninyo ang lahat ng Mabuting balita". (NLT)

"Tayo ay tinatawag ni Hesus mula sa langit upang ibahagi ang Mabuting balita. Sya ang pinakamakapangyarihang kataas-taasan, at marapat lamang na sya ay sundin sa lahat ng pagkakataon, galing sa pagmamahal.

Ito ay tinig galing sa itaas"

Kaitaas-taasan
Ituro ang daliri sa kalangitan

ANG TINIG SA IBABA

—Lucas 16:27-28–At ang sinabi ng mayaman, 'kung gayon po, amang Abraham, ipinamamanhik ko sa inyong papuntahin si Lazaro sa bahay ng aking ama, sapagkat ako'y may limang kapatid na lalaki. Paparoonin nga ninyo sya upang babalaan sila at ng hindi sila humantong sa dakong ito ng pagdurusa'.

"Si Hesus ay nagkwento tungkol sa isang mayamang lalaki na napunta sa impyerno. Sa istoryang ito, ang mayamang lalaki ay gusto ng mahirap na lalaki na nagngangalang Lazaro na iwanan ang Kalangitaan at pumunta sa sanlibutan upang bigyang babala ang kanyang limang kapatid patungkol sa impyerno. Ang tugon ni Abraham na mayroon na silang sapat na babala. Si Lazaro ay hindi na makakabalik pa sa sanlibutan. Ang mga taong namamatay at at ang nasa impyerno ay tinatawag tayo upang ibahagi ang Magandang Balita.

Ito ang tinig sa Ibaba"

Ibaba
🖐 Ituro ang daliri sa paibaba.

ANG TINIG SA LOOB

—1Corinto 9:16–Hindi ngayo't nangangaral ako ng Mabuting Balita ay maaari na akong magmalaki. Iyan ang tungkuling iniatang sa akin. Sa aba ko, kung hindi ko ipangaral ang Mabuting Balita.

"Ang Banal na Espirito sa katawan ni Pablo ay pinilit sya na ibahagi ang Salita ng Diyos. Ang parehong Banal na Espirito ay tinatawagan tayo na dalhin an gating krus at ibahagi ang Salita ng Diyos.

Ito ang Tinig sa loob"

Loob
🖐 Ituro ang iyong daliri sa iyong puso.

ANG TINIG SA ILABAS

—Gawa16:9–Kinagabihan, nagkaroon si Pablo ng isang pangitain: may isang lalaking taga-Macedonia na nakatayo at namamanhik sa kanya, "Tumawid po kayo rito sa Macedonia at tulungan ninyo kami". (NLT)

"Si Pablo ay may balak na pumunta sa Asya, ngunit ang Banala na Espirito ay hindi sya pinayagan ng mga oras na iyon. Mayroon syang pangitain na ang taga-Macedonia ay makikiusap sa kanya na ibahagi ang Magandang Balita. Ang mga taong hindi nakaka-alam mga grupo sa buong mundo ay tinatawagan tayo upang kuni ng krus at ibahagi ang Magandang Balita.

Ito ang tinig sa Labas"

Labas
Ipagsama ang kamay, at gumawa ng "pumunta kayo rito" na galaw.

- Aralin ang apat na tinig ng may galaw ng kamay ng ilang beses sa mga mag-aaral at at itanong sa kanila sino ang tinig, saan ito nanggaling, at ano ang sinasabi nito.

Mga Presentasyon

MAPA NG GAWA 29

- Hatiin ang mga mag-aaral na may walong katao bawat grupo. Magtalaga ng isang lider sa FJT upang manguna sa bawat grupo.
- Ipaliwanag ang bawat proseso sa mga mag-aaral.
- Ang bawat mag-aaral ay ipapakita ang kanilang mapa ng Gawa 29 sa grupo at ipakita bawat sa bawat isa. Matapos iyon ang mga mag-aaral ay ilalagay ang kanilang kamay sa Mapa ng Gawa 29 at ipanalangin para sa kapangyarihan ng Diyos at manalangin para sa biyaya ng Panginoon.

- Ang bawat isa ay manalangin ng malakas para sa bawat isa. At ang lider ang magwawakas ng panalangin habang ang Banal na Espirito ay nangunguna.
- Sa puntong ito, ilalabas ang mapa ng mag-aaral at ilalagay ito sa balikat nya at ang grupo ay magsasabi, "kunin nyo ang krus at sundin si Hesus". Tatlong beses ng sabay-sabay. Matapos iyon ay ipapakita naman ng kasunod na ka grupo ang kanyang mapa at ulitin ang parehong proseso.
- Kapag natapos na magpakita ang bawat mag-aaral ng kanilang mapa, ang mga natapos na mag-aaral ay sasali sa mga hindi pa tapos na grupo hanggang ang lahat ay magkakaroon na ng malaking grupo kasama na ang mga lider ng seminar.
- Magwawakas ang pagsasanay sa pag-awit ng pagsamaba na may malaking ibig-sabihin sa grupo.

Ikatlong Bahagi

SANGGUNIAN

Karagdang Pag-aaral

Komunsulta sa mga sumusunod na pinagkunan para mas malawakang diskusyon sa mga paksa na naipakita. Sa mga bagong lugar ng gawain, ito rin ay ang mga magagandang listahan ng mga unang libro na magsasalin matapos sa bibliya.

Billheimer, Paul (1975). *Destined for the Throne.* Christian Literature Crusade.

Blackaby, Henry T. and King, Claude V (1990). *Experiencing God: Knowing and Doing the Will of God.* Lifeway Press.

Bright, Bill (1971). *How to Be Filled with the Holy Spirit.* Campus Crusade for Christ.

Carlton, R. Bruce (2003). *Acts 29: Practical Training in Facilitating Church-Planting Movements among the Neglected Harvest Fields.* Kairos Press.

Chen, John. *Training For Trainers (T4T).* Unpublished, no date.

Graham, Billy (1978). *The Holy Spirit: Activating God's Power in Your Life.* W Publishing Group.

Hodges, Herb (2001). *Tally Ho the Fox! The Foundation for Building World-Visionary, World Impacting, Reproducing Disciples.* Spiritual Life Ministries.

Hybels, Bill (1988). *Too Busy Not to Pray.* Intervarsity Press.

Murray, Andrew (2007). *With Christ in the School of Prayer.* Diggory Press.

Ogden, Greg (2003). *Transforming Discipleship: Making Disciples a Few at a Time.* InterVarsity Press.

Packer, J.I (1993). *Knowing God.* Intervarsity Press.

Patterson, George and Scoggins, Richard (1994). *Church Multiplication Guide.* William Carey Library.

Piper, John (2006). *What Jesus Demands from the World.* Crossway Books.

Huling Tala

1. Galen Currah and George Patterson, *Train and Multiply Workshop Manual* (Project World Outreach, 2004), p 28.

2. Currah and Patterson, p 17.

3. Currah and Patterson, pp 8, 9.

Apendiks A

Tala Ng Mga Nagsaling-Wika

Ang awtor ay binibigyang pahinluhot na magsaling-wika ang materyales ng pagsasanay sa ibat-ibang lenggwahe na pinapangunahan ng Panginoon. Maaaring gamitin ang mga alintuntunin habang sinasaling-wika ang "Follow Jesus Training" na materyales (FJT).

- Aming nirerekomenda sa pagsasanay sa iba gamit ang FJT ng ilang beses bago magsimula sa pagsasaling-wika. Ang pagsasaling-wika ay marapat lamang na bigyang pansin ang mga ibig sabihin hindi lamang literal o kaya naman salita ng salita. Halimbawa : kung "lumakad sa pamamagitan ng epiritu" ay isasaling wika bilang " mabuhay ayon sa epiritu" na nakalagay sa bersyon ng inyong bibliya na "mabuhay ayon sa espiritu" at baguhin ang galaw ng kamay kung kinakailangan.
- Ang pasasaling-wika ay marapat lamang na sa simpleng wika hindi sa relihiyosong pagsasalin kung maaari.
- Gamitin pagsasaling-wika gamit ang bibliyang mabilis maintindihan ng nakararami. Kung may isa lamang na pagsasaling-wika ang meron at ito ay mahirap intindihin, gumamit ng mga terminong makabago ayon sa banal na kasulatan upang mas maintindihan.

- Gumamit ng mga terminong na may positibong ibig-sabihin sa bawat walong larawan ni Kristo. Kung maaari, ang pagsasanay ng koponan ay kinakailangan na mag-usap sa mga "tamang salita" ng ilang beses hanggang makuha ang tama.
- Isaling-wika ang "Santo" na mas kilala ng nakararami na nangangahulugang banal na tao na, nagpupuri, nananalangin, at nagpapakita ng magandang moral sa mga tao. Kung ang salita na ginamit sa inyong wika upang ilarawan si Hesus ay humahalintulad sa Kabanalan, maaari na itong gamitin at hindi "Holy One". Ginagamit natin ang salitang "Holy One" dahil ang "Santo" ay hindi hinahalintulad kay Hesus.
- Ang "lingkod" ay mahirap isalin sa positibong paglalarawan ngunit ito ay mahalaga. Paka-ingatan ang pagsasalin at marapat lamang na mangahulugan itong masipag na tao, may magandang puso, Masaya pag nakakatulong. Karamihan sa mga kultura ay may magandang paglalarawan sa isang "lingkod".
- Kami ay gumawa ng maikling palabas sa timog-silangang asya na tutugma sa kanilang kultura. Kayo ay pinahihintulutang gawin ito sa inyong kultura, siguraduhin lang na gumamit ng mga bagay at ideya na mas maiintindihan ito ng inyong nasasakupan.
- Kami ay masisiyahan kung maibabahagi ninyo ang inyong pagtatrabaho at tumulong sa abot ng aming makakaya.
- Maaari kaming kontakin sa translations@FollowJesusTraining.com upang mas makatulong pa kami ng patungkol kay Hesus.

Apendiks B

FAQ

1. Ano ang pinaka layunin sa "Pagsasanay ng mga Tunay na Lingkod"?

Ang maliit na pangkat ng mga mananampalataya (na nagsasama-sama para magsamba, manalangin, mag-aaral ng Bibliya, at inaaalalayan ang bawat isa sa pagsunod kay Hesus). Ay ang pinaka pundasyon ng isang masaganang simbahan upang magtagal ito at umangat. Ang aming layunin ay mapalakas ang bawat isa sa pananalig kay Hesus' stratehiya upang maabot ang sanlibutan sa pamamagitan ng pagsasanay sa kanila na gawin ang kanyang tatlong stratehiya: Umunlad sa piling ni Hesus, ibahagi ang Magandang Balita, at magsanay ng mga lingkod. Ang misyonaryo ay minsan ay katalista, ngunit hindi nila pokus ang kilusan ng pagsasanay ng mga lingkod.

Sa aming karanasan, karamihan sa mga mananampalataya ay hindi pa nararansan ang pagbabago ng isang komunidad di tulad ng nililikha ng mga grupo ng mga lingkod ng Panginoon. Sa kilusan ng pagsasanay ng mga Lingkod, ang bawat pamilya ay iniisa-isa ang bawat kasapi upang maging alagad ng Panginoon sa oras ng debosyon; ang simbahan ay sinasanay maging alagad ng Panginoon sa pammagitan ng lingguhang klase ng pagsasanay, ang maliit na grupo ng panalangin ay sinasanay ang bawat isa upang maging lingcod ng panginoon, at ang mga bagong simbahan ay gumagawa ng mga grupo ng panalangin upang magsimula ng pagsasanay ng mga Lingkod ng Panginoon.

2. Ano ang kaibahan sa Pagtuturo sa Pagsasanay?

Pananagutan. Ang pagtuturo ay pinupunan ang kaalaman. Ang pagsasanay ay pinupunan ang katawan at puso ng bawat isa. Ang nagtuturo ay nagsasalita at mga mga mag-aaral ay nagtatanong. Sa Pagsasanay, ang mga mag-aaral ay kalimitang nagsasalita at ang nagtuturo ang magbibigay ng katanungan. Matapos ang pagtuturo, ang karaniwan na tanong, "gusto ba nila ito"? O kaya naman "nakuha ba nila ito"? Matapos naman ang pagsasanay, "gagawin b nila ito"?

3. Ano ang maaari kong gawin pag hindi ko natapos ang mga aralin sa binigay na oras?

Ang proseso ng pagsasanay ay mahalaga sa FJT. Turuan ang mga mag-aaral hindi lamang sa nilalaman pati na rin paano magsanay ng bawat isa. Hatiin ang "Pag-aaral" sa dalawa kung wala ng oras upang matapos ang leksiyon sa pag-aaral. Mas maganda panalitihing ang proseso ng pagsasanay at hatiin aang mga aralin sa ibat-ibang bahagi kesa mag-iwan ng bahagi sa pag-aaral.

Ang karaniwang tuksso ay pagliban sa pananagutan sa araw ng pagsasanay. Sa halip, gawin ang mga materyales na tradisyunal na pag-aaral ng bibliya. Ang susi sa pagpaparami ay panagutan at pagsasanay. Huwag ito lalaktawan! Hatiin ang "pag-aaral" sa sekyon sa dalawang miting at ipagpatuloy lamang ang pagsasanay.

4. Mabibigyan mo ba ako ng mga ideya paano makakapag-simula?

Magsimula sa iyong sarili. Hindi mo maibibigay ang mga bagay na wala ka. Matuto sa mga aralin at gawin ito sa iyong pang araw-araw na buhay. Huwag gumawa ng isang pagkakamali sa pag-iisip na kinakailangan na magkaroon ng mataas na pwesto bago simulan ang pagsasanay. Isang katotohanan na hindi mo maibibigay ang isang bagay kapag wala ka nito. Kung ikaw ay mananampalataya, ang banal na Espiritu ay nananahan sa iyo, at sisiguraduhin na ika'y tutulungan sa bawat bagay na dapat iyong marating at dapat gawin.

Totoo na ang isang tao ay hindi makakapagturo habang hindi pa nya ito natutunan. At totoo na hindi mo matututunan ang hindi mo pa natuturo. Nag mahalaga ay gawin mo lamang ito. Humayo at magsanay sa mga taong naliligaw ng landas. Sa araw na ikaw ay sumali kung saan ang Panginoon ay kumikilos, maraming oportunidad upang magsanay upang maging lingkod ng Panginoon. Magsanay ng limang tao na para bang nagsasanay ka ng limangpung katao. Magtanim ng kaunti at ikaw ay mag-aani ng kaunti. Magtanim ng marami at ikaw ay mag-aani ng marami. Ang makikita mong iyong aanihin ay pareho lamang sa pangako sa iyong pagsasanay sa mga tao.

5. Ano ang pang limang tuntunin?

Ang mag-aaral ay kinakailangan magsanay ng limang beses bago sila magsanay ng ibang tao. Sa unang pagkakataon, ang mag-aaral ay magsasabing "ito ay magandang pag-aaral. Salamat". Sa ikalawang pagkakataon, (matapos magturo ng mga aralin) sasabihin nila, "sa tingin ko kayak o na ito ituro ngunit hindi ako sigurado". Sa ikatlong pagkakataon ang mag-aaral ay magsasabing, "ang aralin na ito ay hindi pala mahirap tulad ng inaasahan ko, sa tingin ko kayak o na ito ituro."

Sa ikaapat na pagkakataon ang mag-aaral ay magsasabing " nakikita ko na ang mahalaga ng aralin nito at gusto ko ito ibahagi sa iba at ito ay nagiging madali na para sa akin. At sa ika limang pagkakataon, " kayak o nang magsanay ng tao para turuan sila magsanay din nng ibang tao. Ako ay panatag na ang Panginoon ay gagamitin itong leksiyon upang baguhin ang buhay ng aking minamahal sa buhay."

Ang pagsasanay ng dapat aralin ay sa "Pagtingin" o "Paggawa". Sa ganitong rason aming nirerekomenda na gawin ang pagsasanay ng dalawang beses. Ang mga mag-aaral ay pagsanay ng isang beses kasama ang kanilang kapareha sa panalangin at umiba ng kapareha para magturo ng aralin ng paulit-ulit.

6. Bakit kayo gumagamit ng Galaw ng Kamay?

Sa tingin ng karanihan ito ay pambata lamang, ngunit ito ay may malaking tulong upang mapadali ang pagkabisado ng kanilang inaaral ng mas mabilis. Ang paggalaw ng kamay ay tumutulong sa ating mabilis na pag mememorya.

Mag-ingat sa paggalaw ng kamay!. Alamin ang kaugalian ng inyong sinasanay at siguraduhin na wala itong masamang ibig-sabihin sa kanilang kultura. Aming napag-aralan an ang ibat-ibang galaw ng kamay sa timog-silangang asya ngunit mas mainam na alamin parin.

Huwag magulat kung ang mga doctor, abogado o sino mang edukadong tao na nagagalak sa paggalaw ng kamay. Ang kadalasan na aming naririnig na komento at "Sa Wakas! Eto ang mga aralin na aking maituturo at siguradong maiintindihan at magagawa ng madali".

7. Bakit madali lamang ang mga leksiyon?

Si Hesus ay nagsasanay ng madali ngunit mabilis makuha ng karamihan. Kami ay gumagamit ng mga storya ng totoong buhay (maikling palabas) at kwento dahil ito ang ginawa ni Hesus. Naniniwala kami na ang mga aralin ay maaaring kopyahin pag ito ay pumasa sa isang pagsusulit o napkin test. (ang mga aralin ba ay maisusulat sa isang napkin sa isang hapag-kainan at ito ay makokopya ng mag-aaral ng madalian?) Ang leksiyon sa FJT " turuan ang sarili" at magtiwala sa sarili t magtanim ng magagandang binhi. Ang pagiging Simple ay susi upang makapamarami.

8. Ano ang mga karaniwang pagkakamali pag ikaw ay nagsasanay ng mga tao?

- *Ang pagliban sa pananagutan na aspeto ng pagsasanay.* Ang karaniwang pangkat ng panalangin ay binubuo ang pagsamaba sa Panginoon, panalangin, at pag-aaral ng Bibliya. Ang pagsasanay ay binubuo ng tatlong ito ngunit kasama ang pananagutan na may "pagsasagawa". Kalimitan ang mga tao ay hindi nagtitiwala sa kanilang sarili sa mag sasanay ng ibang tao ng may dedikasyon kaya naman ay nilalaktawan nila ang bahaging ito. Sa paglalagay ng halimbawa at pagbibigay ng mga katanungan, ang grupo ay kayang dalhin ang isat-isa at makakakita ng bagbabagong pang spritwal.
- *Sila ay nag popokus sa iilang katao hindi sa nakakarami.* Ang ideya sa isa-isang pagsasanay sa isang tao ay magandang pananaw ngunit kakaunti lamang ang nasasanay. Ang karaniwang ginagawa noong panahon ni Hesus ay magtatala ng maliit na pangkat. Si Hesus ay kalimitang nakikipag-usap kina Pedro, Santiago at Juan. Isang grupo ng mga lalaki ang tumulong kay Pedro sa kanyang paglalakbay sapagdedesipulo at tumulong sa simbahan ng Jerusalem. Ang tala ni Pablo ay sagana sa mga listahan ng grupo na kanyang na "desipulo".
- "Ang katotohanan, labing lima hanggang dalawangpung porsyento lamang ang mga sinanay mo ang magiging tagapag-sanay din. Huwag panghinaan ng loob sa katotohanang ito. Kahit sa porsyentong ito, ang Panginoon ang mangunguna sa kilusan ng pag dedesipulo ng mga tao kung tayo ay mananalig sa kanya at handa para ibahagi ang Magandang Balita".
- *Sila ay labis na nagsasalita.* Sa karaniwang syamnapung sesyon, ang tagapag-sanay ay makakapagsalita lamang sa loob ng tatlongpung minuto.ang mga mag-aaral ay ginugugol ang kanilang sa oras sa pagsasanay, pagsamaba,

panalangin, pagbabahagi at paggawa. Karamihan sa edukasyon ng kanlurang bahagi ng mundo ay nahuhulog sa bitag sa pagbabago ng oras.

- *Sila ay nagsasanay ng walang kinokopyahan.* Ang susi sa kilusan ng pagdedesipulo ay ang maraming kokopyahan. At ang resulta, ang pinaka mahalagang tao ng iyong sinasanay ay hindi ang kwarto: ito ang pangatlo, pang apat, at pang limang henrasyon ng disipulo na magsasanay sa ibang magiging disipulo. Ang magandang tanong ay ang, " ang disipulo ba sa susunod na henerasyon ay gagayahin ang ginawa ko at gagawin din ito sa iba? Ano ang mangyayari kapag ang pang apat na henerasyon ng mananampalataya ay ibinahagi, ipinakita, ginawa ang dati nilang nakita sa nagsanay sa kanila? Kung hindi sila nahirapan sundin ka, ito ay kanilang gagayahin. Kung hindi, hndi nila ito magagaya.

9. Ano ang dapat kong gawin kung walang mananampalataya sa aking unreached people group (UPG)?

- Aralin ang FJT na material at umpisahan ng pagdedesipulo at tunghayan ito sa iyong UPG. Ang FJT ay binibigyan ang mga naghaahanap ng magandang paglalalrawan kay Hesus at ang tunay na kahulugan ng pagiging Kristyano. Sa timog-silangang asya, tayo ay nagdidisipulo ng tao at nagtuturo ng ebanghelyo ng Diyos. Ang FJT ay hindi nagbibigay ng delikadong pamamaraan.
- Ilagay ang mga mananampalataya sa grupo na sila ay magkakatulad. Ang grupo na may parehong kultura, nilakihan at lugar na gusto mo sanayin. Sanayin sila gamit ang material na FJT. Bigyan sila ng bisyon upang mapadali ang kanilang pakikipag-ugnay sa kanilanng mga kaibigan na ibahagi ang salita ng Diyos.

- Bumisita sa mga seminaryo at sa mga paaralan ng pag-aaral ng Bibliya upang malaman ang tao sa UPG.
- Ang Panginoon ay hinuhubog ang mga kanyang napiling lider (nang hindi natin alam) hanapin ang pinaka matanda sa inyong UPG. Kalimitana ay may paghihirap ito sa inyong UPG. Ngunit karanasan sa pagsasanay sa kanila.

10. Ano ang unang bahagi na gagawin ng tagapagsanay upang magsanay ng iba?

Hikayatin ang bawat mag-aaral na sundin ang proseso ng pagsamba na kanilang sinanay. Ang grupo ay magpupuri at mananalangin ng sabay-sabay. Sa "Pag-aaral", nagtuturo sila sa bawat sa ng leksiyon ng FJT o magkwento ng galing sa Bibliya na may tatlong katanungan.

Sa "Pagsasanay", sila muli ay magtuturo sa bawat isa. At ang mga mag-aaral ay magsasanay ng proseso ng pagsamba, siyam na beses habang nag aaral at may lakas ng loob na magsanay sa iba pag ito ay natapos na.

11. Ano ang mga ibat-ibang lugar na kung saan ang ang mga materyales ay magagamit ng nagsasanay?

Ang mga nagsasanay ay matagumpay na nagamit ang FJT sa ibat-ibang pamamaraan:

- *Pagtakda ng pagsasanay*–Ang magandang bilang na mag-aaral na sasanayin ay 24-30 na bilang lamang. Ang pag-aaral ay magtatagal lamang ng dalawa at kalahati hanggang tatlong araw, depende sa edukasyon ng mag-aaral.
- *Lingguhang Sesyon*–ang magandang bilang ng sasanayin sa pag-aaral ay 10-12 na mag-aaral lamang. Ang karagdagang pagsasanay sa pagsamba ay tumatagal ng 12 linggo.

Karaniwan na ang sesyon ay sa simabahan o kaya naman sa tahanan ng isang nagsasanay. Ang ibang nagsasanay ay ginagawang 2 beses sa isang lingo upang sa sunod na lingo ay makapagsanay ang mag-aaral sa ibang bagay. Ito ay napatunayang epektibo sa ibang simabahan.

- Lingguhang pag-aaral—8-12 ang magandang bilang na sasanayin sa lingguhang pag-aaral. Dahil haba ng proseso ng pagsasanay, ang bahagi ng bawat "pag-aaral" ay hahatiin sa dalawa at itututro ng dalawang linggo. Ang pagsamaba ay mabibigyang-pansin sa bawat-araw at ang pagsasanay ay matatapos ng 20 linggo.
- *Seminaryo ng mga kolehiyo sa pag-aaral ng bibliya*—ang mga tagapag-sanay ay ginagamit ang FJT oras ng pagsasanay o kaya naman lingguhan habang nagbabahagi ng ebanghelyo ng Panginoon o sa oars ng pagdedesipulo.
- *Pagpupulong*—ang malalaking grupo na may halos daang-daang mag-aaral ay maaaring sanayin gamit ang FJT patungkol sa pagdedesipulo kung magkakaroon ng karagdang tagapag-sanay na tutulong sa maraming mag-aaral.
- *Seremonya*—pag natapos na ang FJT, ang mga Pastor ay kalimitang nagtuturo sa kanilang simbahan. Ito ay magbibigay interes at momentum sa mga taong nagsasanay ng iba sa pagsunod kay Hesus. Ang tukso ay itinururo sa material ng FJT hindi ginagamit sa pagsasanay. Ang Pastor ay kinakailangan na bantayan ang pagtuturo nito dahil sa panganib na dala nito sa bawat seremonya. Ang mga Pastor maramapat lamang na ito ay gamitin upang magbigay kalakasan sa iba na magsanay ng iba.
- *Misyunaryong pag-aaral*—ang mga misyonaryo ay maaaring ibahagi sa kanilang taga-suporta ang kanilang pamamaraan sa pagsasanay sa ibat-ibang lahi. Ang mga taga-suporta ay kalimitang interesado sa mga gawain sa pagsunod kay Hesus sa simpleng pamamaraan at paano ang misyunaryo kumikilos sa kanyang pag-aaral.

- *Pagtuturo*–ang ibang tagapag-sanay ay ginagamit ang ibang bahagi ng aralin para magturo sa mga lider sa panahon ng pag-aaral. Sa una pa lamang ang FJT ay panlahatan (ang bawat bahagi ay ipinapaliwanag) ang tagapag-sanay ay maaaring magsimula anumang oras at siguradong makakapag bahagi ng magandang paglalarawan kay Hesus.

12. Ano ang aking gagawin kung may sumaling hindi edukado o kaya naman ay hindi masyadong edukado sa pagsasanay?

Ah, ang mga storya na maaari naming ibahagi tungkol sa usaping ito. Na pwedeng gawin ng iba. Naalala naming ang isang sesyon ng pagsasanay na naganap sa Thailand na halos puro babae ang kanilang nasa bandng hilagang burol na tribo. Sa kanilang kultura, ipinagbabawal sa mga babae ang mag-aral, bawal makapag-basa, makapag-sulat hanggang sila ay maging dalaga kaya naman karamihan sa kanila ay hindi natututo.

Kaya naman sa panahon ng sesyon ng pagsasanay, ang mgaa babae ay nakaupo lamang at tahimik habang ang mga lalaki naman ay natututo na. Ngunit, dahil sa isang paglapit nila sa bawat isa na isang paraan ng FJT, lahat ng mga babae ay nakilahok sa loob ng tatlong araw. Hiniling naming na may isang magbasa ng salita ng Diyos. (sa halip na ang buong grupo ang magbasa) at hinati naming ang kababaihan sa grupo na binubuo ng 6 na katao (sa halip na pares) sa oras ng pagsasanay. Ang luha sa mata ng kababaihan ay pumukaw sa kanila ng ilang beses at sinabing " ngayon ay natuto narin kami at mababahagi narin naming sa iba ".

Apendiks C

MGA LISTAHAN

Bago ang Pagsasanay...

- Maglista ng isang pangkat ng panalangin–maglista ng isang pangkat na may 12 katao na mamamagitan para sa pagsasanay, bago magsimula at habang dinaraos ang pagsasanay. Ito ay mahalaga!
- Maglista ng mga tutulong–maglagay ng mga taong maaaring makakatulong sa inyong pagtuturo, taong dati nang naka sama sa isang pagsasanay ng FJT (making radical disciples) paglikha ng mga desipulo.
- Mag-imbita ng mga sasali–mag-imbita ng mga maaaring sumali sa magandang paraan. Mga paraan tulad ng pagpapadala ng mga sulat o kaya naman imbitasyon, etc. Ang magandang bilang ng makikilahok sa *Paglikha ng mga Likas Desipulo* ay 24 hanggang 30 katao. Kung may ilan ng taong handang tulong sa iyo, maaari kanang magsanay ng 100 mag-aaral. Ang pagsasanay ng *Paglikha ng mga Likas Desipulo* ay mas mainam gawin isang beses sa isang linggo na may 3 o higit pang grupo.
- Ibat-ibang gastusin–ayusin ang mga bahay, pagkain, at transportasyon ng mga mag-aaral.
- Siguraduhin na may lugar na pagsasanayan–ayusin ang kwarto ng may dalawang lamesa para sa mga materyales

na gagamitin, ayusin ang mga upuan ng pabilog at lugar na pagdadausan ng mga aktibidad. Kung maaari, gumamit ng sapin sa sahig kesa sa upuan. At maglaan ng oras sa dalawang beses na pahinga na may pagkain at inumin.

- Kolektahin ang mga gagamitin para sa pagsasanay–kolektahin ang mga bibliya, putting pisara, panulat, tala ng mga studyante, tala ng mga lider, putting poster para sa pabwat mag-aaral para sa paggawa nila ng mapa ng Gawa 29, krayola, kwaderno (gaya ng ginagamit nila sa skwelahan) lapis at bolpen.
- Maglaan sa oras ng pagsamba–Gumawa ng kopya sa bawat mag-aaral para awit pagsamaba. Hilingin ang isa sa iyong studyante na tulungan ka kung mayroon marunong mag gitara sa kanila (kung maaari). Ang awitin na inyong kakantahin ay base sa pamagat na inyong tatalakayin.
- Mangolekta ng mga ibang bagay na makakatulong sa talakayan–mangolekta ng mga lobo, boteng may tubig at mga pa premyo.

Sa oras ng Pagsasanay...

- Maging kapaki-pakinabang–panatilihin ang pagtatakda, ngunit maging kapaki-pakinabang sa pagtulong sa Panginoon sa pagbabago ng buhay ng mga mag-aaral.
- Sanayin ang hirap at pananagutan–siguraduhin na ang iyong mga tinuruan ay ibabahagi din ito sa iba! Pag hindi ito isinasagawa, ang mga mag-aaral ay hindi magkakakroon ng laks ng loob upang ibahagi ito sa iba. Mas mainam na hindi muna tapusin ang pag-aaral kesa sa pagsasanay sa pagbabahagi nito. Ang pagsasanay at pananagutan ay susi para pakapamarami.
- Isama ang lahat sa pamumuno–hilingin na manalangin ang isang mag-aaral sa pagtatapos ng sesyon at iba-iba tuwing matatapos ang sesyon. Ang mag-aaral ay kinakailangan ay

- manguna lahat sa panalangin upang sanayin sila mamuno sa hinaharap.
- Kilalanin at palakasin ang mga kakayahan ng mag-aaral–palakasin ang kakayahan ng mga mag-aaral sa panahon ng pagsasanay. Sabihin sa mga mag-aaral na sanayin ang kanilang talent sa oras ng pagsasanay. Sa larangan ng musika, mabuting pakikitungo, pagtuturo, pagbigayan, serbisyo at atbp.
- Aralin, Aralin, Aralin–huwag kakaligtaan ang aralin ang mga napag-aralan sa nakaraang sesyon bago magsimula sa bagong tatalakayin. Sa pagtatapos ng pag-aaral ang mag-aaral ay kinakailangan na magawa ang mga katanungan, kasagutan at mga galaw ng kamay. Paaalalahanan ang mga mag-aaral na sila ay magsanay tulad ng pagsasanay na ginawa sa kanila. At aralin din nila ang bawat seyon na kanilang tinatalakay.
- Maghanda para sa pagsusuri–itala ang mga bagay na ang mga mag-aaral ay hirap intindihin o mga katanungan ng bawat mag-aaral. Ang iyong malilista ay makakatulong sa inyo ng mga iyong kasama upang masuri ang kakayahan ng mga mag-aaral.
- Huwag kakaligtaan ang pagsamba–ang Pagsamaba ay mahalaga sa oras ng pagsasanay. Bilang n gang mga mag-aaral ay nagiging komportable sa pagsasamba, sila ay magkakaroon ng lakas ng loob upang magsimulang magsanay ng iba matapos ang kanilang pag-aaral

Matapos ang Pagsasanay...

- Suriin ang bawat aspeto ng iyong pagsasanay kasama ang mga tumutulong sa iyo sa pagsasanay–maglaan ng oras sa pagsusuri ng inyong pagsasanay kasama ang mga taong naka-alalay sa iyo. Gumawa ng listahan para samga positibo at negatibong pagsusuri. Magplano upang mapabuti pa ang iyong pagsasanay sa iba.

- Humingi ng tulong sa mga taong may potensyal sa iyong pagsasanay sa hinaharap–kontakin ang dalawa o tatlong mag-aaral na nagpamalas ng pamumuno sa panahon ng pagsasanay at hilingin na ikaw ay tulungan sa susunod na pagsasanay sa *Paglikha ng Likas na Desipulo*.
- Himukin nam magdala ang mga natapos na mag-aaral na magdala sa susunod na pagsasanay–himukin ang bawat isa ng magdala ng tig isang tao upang dumami ang kanilang sasanayin at dumami ang magsanay sa iba.

PAGTATAKDA

Gamitin ang manwal na ito upang magsanay ng tatlong araw o kaya naman 12 linggong sesyon. Bawat sesyon sa bawat pagtakda ng pagsasanay ay tumatagal ng isa at kalahating oras at gagamitin ng mga tagapagsanay sa proseso ng sesyon sa pahina 21.

Ang Pagdedesipulong Pagsasanay–Tatlong Araw

	Unang araw	Ikalawang araw	Ikatlong araw
8:30	Simpleng Pagsamba	Simpleng Pagsamba	Simpleng Pagsamba
9:00	Pagsalubong	Sundin	Magtanim
10:15	*Tumigil*	*Tumigil*	*Tumigil*
10:30	Magparami	Lumakad	Sundin
12:00	Tanghalian	Tanghalian	Tanghalian
1:00	Simpleng Pagsamba	Simpleng Magsamba	Simpleng Magsamba
1:30	Pag-ibig	Humayo	Kunin
3:00	*Tumigil*	*Tumigil*	
3:30	Manalangin	Ibahagi	
5:00	Hapunan	Hapunan	

Apendiks C

Ang Pagdedesipulong Pagsasanay—Lingguhan

Unang linggo	Pagsalubong simpleng pagsamba	Ikapitong linggo	Walk
Ikalawang linggo	Magparami	Ikawalong linggo	Simpleng pagsamba
Ikatlong linggo	Pag-ibig	Ikasiym na linggo	humayo
Ikaapat na linggo	Simpleng pagsamba	Ikasampung linggo	Ibahagi
Ikalimang linggo	Manalangin	Ikalabing isang linggoo	Sundin
Ikaanim na linggo	Sumunod	Ikalabing dalawang linggo	Kunin

www.ingramcontent.com/pod-product-compliance
Lightning Source LLC
Chambersburg PA
CBHW071458040426
42444CB00008B/1401